GONE IS YESTERDAY

by

Naila Barwani

visit us at: www.authorsonline.co.uk

A Bright Pen Book

British Library Cataloguing Publication Data.
A catalogue record for this book is available from the British Library

ISBN 978-0-7552-1327-6

Authors OnLine Ltd
19 The Cinques
Gamlingay, Sandy
Bedfordshire SG19 3NU
England

This book is also available in e-book format, details of which are available at www.authorsonline.co.uk

ABOUT THE AUTHOR

Born in 1927, on the island of Zanzibar, during the rule of the al Busaidy dynasty, Naila Barwani was raised in a highly cultured family. Her father, Muhammad Ali Barwani, was not only an authority on Islamic jurisprudence but also a respected practitioner of the Arabic literary form maqamat. Inspired by his example, Naila herself took up writing and released her first novel, Usinisahau, in the 1950s under her married name Naila Kharusi. Serialized on radio and published in Kiswahili, the journal of the Institute of Kiswahili Research, in 1966, this was one of the earliest novels in Swahili written by a woman; receiving favourable notice from, among others, the French literary critic Xavier Garnier. Having completed the limited schooling available to girls in Zanzibar by age 14, Naila was soon married and raising a family. Now living in Oman, she has four daughters, a son, upwards of a dozen grandchildren and an even larger number of great grandchildren.

PREFACE

My grandchildren have been persistent in their request that I put on record my experiences of life when I lived in Unguja, that is, Zanzibar. Praise be to Allah who has enabled me, at this advanced age, to rise to their request, though I left Zanzibar more than forty years ago, never to set foot there again.

This short account is not so much an autobiography as a tale of a young girl of Omani origin who, like her parents, was born and bred in Zanzibar. It includes events that I recall or heard being narrated by the old folk.

I must confess that I have little experience of writing history or even stories. However, what may pass for historical events here deserve preservation rather than interment with my generation, especially nowadays when events move fast and so many of my compatriots who witnessed the events I describe are no longer alive.

The story revolves around the kind of domestic life lived by people of different tribes as they went about their business on that small island of Zanzibar off the coast of East Africa. Zanzibar (the very name sounds magical) had been known for centuries as a rare, indeed unique, jewel, a shining example of Islamic culture and civilisation where people of different tribes peacefully blended their cultures and made the island their home. They lived together in harmony despite the proximity of ignorance and danger.

To Mrs Sharifa Dost I owe gratitude for the trouble she has taken to type this work and also to Professor Adrian Roscoe for being so generous with his time and editorial help. Finally, I must thank my children and grandchildren who insisted that I undertake the project.

Naila Barwani
2011

GLOSSARY

Adhan	call to prayer by the Muezzin
Adi mfundo	hopscotch
Alfajiri prayers	prayers performed at dawn before sunrise
Ami	paternal uncle or term of address for a male elder
Amoo	paternal aunt or term of address for a female elder
Arusi	a stage in the card game *wahid wa sittin*
Ba nokowa	overseer
Bakalawi	baklava
Barzanji	Prophet Muhammad's life story read at a *maulid*
Behedani	gel-like substance made from seeds of the bedani plant and applied to women's hair
Bi, Bibi, Bibie	term of address for an elderly woman
Biriani	rice dish cooked with saffron
Birika	metal pot

Bokoboko	porridge-like dish made of wheat and meat
Bomu	dance performed at weddings
Bui bui	black garment worn by women over their clothes when they go out
Bwana kasema	"master has spoken"
Chanis	card game
Chapati	flat bread
Chiku	brown round fruit
Dada	term of address for an elder sister
Daku	meal in Ramadhan eaten late at night or before dawn
Dhuhr/dhuhri prayers	midday prayers
Eda	a wife's ritual seclusion after divorce or death of her husband
Foliti	hide and seek
Fungati	honeymoon
Furja	festive occasion
Futari	meal to break fast in Ramadhan
Gololi	marbles
Gonga	local Swahili dance

Halwa	sweetmeat
Idiya	small cash gift usually given to children in Eid
Isha prayers	evening prayers
Jauseni	procession commemorating the death of Imam Hussein
Kanga	a pair of colorful cloths for wrapping oneself
Kanga ya kisutu	cloth with a specific design worn at weddings, etc
Kanzu	dress for women or a long garment worn by men
Kappa	a stage in the card game *wahid wa sittin*
Karabai	kerosene lamp
Kashata	diamond-shaped sweet made of grated coconut or ground almonds
Khaloo	maternal aunt or term of address for a female elder
Khanjar	dagger
Khitma	prayer performed for the dead by reading the Quran
Kidau cha mpamba	children's game
Kimbunga	hurricane
Kinyuri	children's game

Kipande	children's game with a stick
Kitambi	bridal cloth
Kombe	platter
Kunazi	jujube
Kunguwiya	female initiation ritual dance usually performed at weddings
Kutawa	female seclusion
Langwe	children's game
Lelemama	dance performed at weddings
Madrasa	school for teaching religion
Magole	crepe-like bread
Mahamuri	a kind of bread
Matufaha	a fruit, red or white
Maulid ya homu	event to celebrate Prophet Muhammad's birthday
Maulid	Prophet Muhammad's birthday
Mikate ya kuchapa	flat bread
Mikate ya mtabbak	flat meat bread
Mkate wa kumimina	rice bread
Mkonge	a kind of genie
Mrisi	a stage in the card game *wahid wa sittin*

Msanifu	small round meat or chicken patties
Mvuje	gum of asafetida
Mwari	an unmarried girl
Mwinyi Mkuu	a kind of sultan to the local people before Omani rule
Njugu mawe	bambara groundnuts
Pishori	long grain rice
Sambusas	samosa, meat or chicken pastries
Sare	dress with the same pattern or color worn by wedding invitees
Seble	lounge-like room for men situated near the main door of the house
Seredani	brazier
Somo	initiation instructor informing on sexuality
Taarab	traditional music and songs of Zanzibar
Taraweh	prayers performed in Ramadhan after the evening or *isha* prayers
Tasa	metal bowl for washing hands
Udi	aloe wood

Ugali	dish made of cassava, millet, sorghum or maize
Ukumbi	the first formal event attended by a new bride
Ukuti	children's game
Unguja	Zanzibar
Unyago	female initiation ritual dance usually performed at weddings
Usuluti style	hairstyle with fringes pulled to the sides of the forehead
Uvumba (na) udi	fragrant gum used for incense (with) aloe wood
Vibatari	oil lamps with floating wicks
Vikuba	small bouquets of jasmine and rose typically worn by a bride
Vileja	shortbread made of rice flour, sugar and clarified butter
Vipopoo	sweet dish of tapioca and coconut milk
Visheti	small hard sweet made of flour and clarified butter

Vitumbua	sweet rice fritters
Wahid wa sittin	card game
Zerebia	jelebi or deep fried battered sweet

CHAPTER ONE
Gone is Yesterday

On that Thursday night, sitting in her room, Fatma felt lonely and crestfallen. With nothing in particular to do she was peeping through the window-shutters and had switched off the light lest she be observed from outside. She was not peeping at anything special, but soon noticed a group of men coming home from the nearby mosque after completing their *isha* prayers. She watched them enter the *seble*. It was customary that every Thursday these friends of her father and some neighbours would gather here for *maulidi* to celebrate the birthday of Prophet Muhammad (PBUH). Mr Masoud had established this tradition on the day Fatma was born—a sacred promise to be kept once God had blessed him with a child.

For some time Fatma remained at the window listening and trying to follow each chapter of the *Barzanji*. She was excited because she was currently being taught how to recite at Maalim Habiba's *madrasa* after ceremonial completion of reading the whole Qur'an. Various individuals, with pleasant intonation and literary charm, were reciting the *Barzanji*, at times in such a way that Fatma, now twelve years old, found herself chuckling. And she joined in when the time came to start chanting in praise of the birth of Prophet Muhammad (PBUH). She noticed too that even passers-by, halting in their tracks on hearing the recital, could not resist the urge to share in what was in effect a birthday festival. They joined in the chorus, according the chant due respect and honour.

Later the incense burner and silver perfume dispenser were brought out. Aloe wood was burnt and rose water sprinkled on those who were outside. Then, as was customary, each had a drop of aloe scent dabbed on the back of the hand. Indeed a cloud of sweetly fragrant aloe smoke hung over the streets virtually obliterating all other odours. When an urn full of a hot ginger drink appeared everyone was invited to savour this treat with Prophet Muhammad (PBUH), the prophet of them all. Though the celebrants belonged to different tribes—Arab, Asian and African—they experienced the pull of their shared religion, drawn to one another by a bond of brotherhood.

By the end of the sacred recital Fatma, growing tired of standing, threw herself on her bed longing for the *halwa*, which, she knew, was now being passed around the guests, the gentle tinkle and knock-knocking of coffee cups clearly audible. Sweetmeat, according to tradition, preceded black coffee.

But now, falling into a deep slumber and beginning to dream, she saw a large *kombe* of *halwa* being brought to her. It was the black type, her favourite, prepared from jaggery not saffron. Hot and shiny, it was decorated with big almonds, leaving her mouth watering with anticipation. She was about to plunge in and begin eating the moment the platter appeared when suddenly a distant voice called "Fatma!" "Fatma!" and she felt herself being rudely shaken. "Oh dear, I've had no time even to sample my sweetmeat," she thought as she reluctantly woke from her dream.

Her father was standing before her. "Oh! So you've been sleeping soundly, have you?" he declared, as she quickly rose to greet him, kissing him with both hands. He had not seen her all day, having gone into the countryside to inspect his plantation at Burudika. He now said: "I've come to tell you that after lunch tomorrow we're moving to Burudika. It's clove harvest season and, as usual, we'll be there for about three months. So please prepare yourself for the trip."

"But father, school's not over yet," Fatma protested.

"That's not important," he insisted. "Term ends next week anyway. And the point is there'll be no one left here in the house except Almas – the old concierge."

Fatma was dumbstruck.... All she could hear now was her father's walking stick tapping against the teak staircase as he climbed to the upper floor. It felt as if he was striking her very heart, waking her to worry even more about what she must face tomorrow. She found it hard to sleep that night. For the first time in her short life she was not at all looking forward to the days she would spend at Burudika. "But why, why?" she kept asking herself.

Burudika was the family's biggest plantation, one of five, and certainly Fatma's favourite. Until her last visit indeed she thought she could imagine nowhere better. She had always looked forward keenly to the days she would spend there, and the reason was simple. She felt there like a bird freed from its cage! At home in town she was never allowed to walk out except to the *madrasa*, and sometimes to see relatives. Even then, a trusted servant had always to chaperone her. By contrast, at Burudika she could roam at will and play with friends, even with the children of the clove pickers and their *ba nokowa*. They would run about wildly in the compound chasing each other around the trees and bushes.

They would play *foliti, adi mfundo, gololi, kipande*, even football. And when tired of these they played with their dolls, fashioning frocks from young banana fronds. At night they turned to *ukuti, kidau cha mpamba, langwe, kinyuri* and other games they usually had neither time nor space to play. Sometimes they told tales, which Fatma loved, though on occasion they frightened her, especially those about ghosts and genies. After such stories she could get so frightened at night that she was even afraid to go alone to the toilet. Staring in terror, she would see a ghost's hand supporting a head and waiting for her near the big copper water bucket. But other stories included beautiful songs about the joys of life, which the narrator sang and for which the audience provided a chorus. Fatma and her companions never got bored with those stories, though they had heard them time after time and knew them by heart. They would sing with gusto a song such as *"Tower, my tower...flying nest take me to my mother and father"* and many like it—songs related to famous stories in island folklore.

On some days they played card games like *chanis* or more often *wahid wa sittin* and with the game in full swing excitement mounted as they approached *kappa, mrisi* and *arusi*. Then a card would be flung down with a bang so hard on the wooden tray that the thing seemed about to split in two.

Fatma loved it all and was happy beyond measure at Burudika after the rainy season. At that time the little valley nearby filled with water, creating a lake a mile long and a quarter-mile wide, so that they had to use canoes to cross it. Fatma and her friends loved to bathe there, though they weren't swimmers; and sometimes they would ask Ba Khamis, a worker always at their service, to paddle the canoe around the lake while they happily watched ducks sailing by and flying to and fro. The canoe would glide over the shimmering waters as if over the face of a highly polished mirror.

This lovely watery world was silent, save for the muffled sound of the paddles, one stroke after the next, as the canoe gently sliced a path through the water. Occasionally there came the sweetly shrill call of birds, brilliant in their plumage as they swooped and dipped along the edge of the woods. White and purple lilies decorated the centre of the lake, but Ba Khamis always forbade the children to pick them, saying, "Don't ever touch those lilies….There's a genie called *mkonge* beneath them that has the body of a large python." And so of course they would all get frightened and behave themselves, hiding their hands in their laps, though the lake's calm water still tempted them to dip and coolly trail their fingers in it. All they could do now, however, was enjoy the musty smell of mud that was always associated with the pleasure of visiting the lake.

There were many fruit trees at Burudika whose planting Fatma's mother had overseen. Indeed she had planted many with her own bare hands. "I've planted these trees for the future," she would say. "My children and grandchildren will harvest them and then, God willing, they'll at least remember this old lady and recite the Surat-il-Fat-ha for her." Oh, how happy Fatma was during the season of her favourite fruit *kunazi*. And when these ripe fruits weighed down their tree branches then dropped to the ground she would eagerly pick them up and carry them off like treasure trove. Apple mango trees too at this time fruited profusely, their branches bending almost to the ground. Rambutan also covered the trees and seemed to paint them red. And there were *chiku, matufaha* both red and white, jack fruit, purple berries, black berries, varieties of custard-apple, guavas and durian. Most wonderfully, it was the season for some fruit or other fruit the year and thus there was always a special time to excite the children. Fatma and her friends would wake at dawn, sometimes snatching fruit from the trees in a wild contest to see who could pick the most.

Orange trees, tangerines, sweet lemons and grapefruit were planted in long neat rows and all were so prolific that Fatma and friends sometimes lost their appetite for them. But always they loved to pick flowers with a strong and pleasant fragrance, stringing them into bouquets with which to decorate their dolls.

Mr Masoud took special care to plant his favourite pineapples, along with paw paw and all kinds of bananas that flourished even without proper attention. Fatma's mother, for her part, was fond of planting seedlings and also bought small hoes to encourage the children's interest in gardening. For this purpose Fatma and her friends were given a small plot on which to plant whatever they liked, even flowers, and soon learnt planting and other farming practices.

So this was Burudika, the plantation that Fatma dearly loved. This was the fertile land that opened her heart and always filled it with joy. And this was especially true when the mangoes were still green. She would sit happily with her friends in the shade of a tree, nibbling unripe mangoes laced with salt and chillies; until at last they could nibble and chew no longer, their teeth numb and dry from the unripe fruit. But oh how glorious when the mangoes ripened and their scent was everywhere! Then at this time too bush-babies, shrieking with joy, would scatter mangoes about all night, happy with so much food, and leaving the ground in the morning covered with kernels that attracted flies and bees - pests that multiplied profusely during the season.

Fatma, still unable to sleep, continued reflecting on the pleasures of Burudika life. "Yes, yes," she thought, "this is indeed the cloves season, with its happy days on a grand scale. Days I value greatly and always look forward to."

Burudika at that time would fill with people—men, women and children—coming from every corner of the island to pick cloves for a daily wage. The whole plantation became a hive of activity, especially in the evening when workers returned from the groves. Then Fatma would seize the chance to make new friends among the workers' children and learn a Kiswahili quite different from her own.

Cockcrow each morning would find her and the friends hurriedly dressing to accompany women labourers on their way to work. The children had old rolled-up *kangas* around their necks for carrying the cloves; and, while female pickers climbed the trees, children below pleaded for sprigs to be dropped into their bags until, tiring

8

of them, the women would send them home to pluck the cloves from their stems and rush them off for weighing. Though Fatma could usually collect only three kilos, she was always happy with her pay. And because she greatly valued it – it was more indeed than her normal pocket money - she would dash to hide it under her mattress. On no account would she spend it wastefully!

In the evening she would find her new friends beginning the *gonga* dance outside their home. Two long wooden pestles were placed on the ground and then two girls would briskly hop over them this way and that while two others on either side of the pestles rhythmically flicked them. Adding to the rhythmic sound of the pestles, others supplied a song especially for this game, which would continue for a long time, delighting everybody. Fatma loved watching the *gonga* dance, which was only possible during this season.

As night wore on so did the activities. With everyone bathed and dined, now came the time for separating cloves from their stems. Workers would gather around and, with a delicate popping, swiftly snap the cloves with their fingers: it was like hearing a machine at work. On a mat before him each worker faced his heap of cloves, large or small depending on his skill. He would then fall joyously to the task, shouting and laughing as if it was daytime.

By now the whole compound was lit up with *karabai* and other lamps. The small lamps, *vibatari*, placed on each clove pile, looked like tiny decorative gems; and the festive mood, the true soul of the occasion, was like a wedding ceremony that made everyone's spirits soar. And then, too, the fresh fragrance of cloves floating in the air was a reminder of days of prosperity. Fatma recalled what the elders used to say: "The clove harvest is the people's season of wealth and great expectations. The hungry can have their fill; those in dire straits can find relief; those with debts can settle them; lenders can expect repayment; bachelors can contemplate marriage; and the married man can take another wife."

Indeed the soul of the place vibrated with the music of joy in people's hearts.

CHAPTER TWO
An Earlier Life Recalled

Fatma was remembering all this as, late at night and helped by lamplight penetrating the room from the street, she lay on her bed gazing at the ceiling's tie-beams – black on a white background, highly decorative, symmetrical and of excellent carpentry. It was as if she was registering their beauty for the first time and for a moment she forgot what had been surging through her mind. But then she suddenly remembered. "Oh dear," she sighed, "those happy happy times! They'll never return! My first visit to Burudika since my dear mother's death and I'll not even have my Hobo with me!" She glanced again at the ceiling and wept hot tears onto her pillow. "It's true," she thought, "so much has changed - and so suddenly." She couldn't sleep as she lay reflecting sadly on happy times now gone and all the old stories she had heard about the past.

Fatma was born of ageing parents in despair about having a family of their own. Childless so long and advised to petition God during a Hajj to Mecca, her mother conceived even before returning home. Mr Masoud had promised that, should the baby be a boy, he would name him Muhammad in honour of the Prophet (PBUH). But Allah blessed them with a girl they called

Fatma after the Prophet's child. Fatma's grandmother, Bi Zeyana, it should be said, was slightly disappointed about this, wanting to name the baby after herself, as so many friends had done for their first grandchild.

There were also problems during the birth, Fatma's mother suffering labour pains for three days and unable to deliver until three Indian midwives were summoned. To make matters worse, Fatma was weak and often sick. The old folk worried, fearing for her life until she had grown a little and gained some strength. Meanwhile religious advisers and talisman prescribers were always about the house. Quranic *mafusho* verses would be used, written on paper then burnt, the smoke gradually enveloping the child.

Because Fatma was ill for so long, Bi Zeyana "sold" her to her friend Bi Jokha for a single Rupee, advised that this could cure all the little girl's complaints. Thus every Friday Fatma was taken to the lady who had "bought" her to be beaten or, more accurately, to be touched with a special twig, a practice continuing until she was six and causing her to be given the maiden name Bi Mtumwa or slave. Naturally, as Bi Zeyana's first and long-awaited grandchild, Fatma was a very dear favourite. She lavished care on her and not even her mother dared nurse her for long or interfere in her upbringing.

For the child's first birthday her grandmother prepared a splendid celebration. Alms were distributed to the poor, a whole cow was slaughtered to complement the *pilau* rice dish, and a congregation from the famous Sharif Musa Mosque joined in the feast.

In addition to the beautiful clothes Bi Zeyana continually bought her, such as caps adorned with sequins and clogs decorated with silver studs, since the child's infancy she'd been having numerous ornaments of gold crafted for her. Hobo, Fatma's nanny, once told her a revealing story: "One day when you were only six months old I took you to sit on the patio while I sipped coffee. As usual, your grandmother had decked you out in several gold ornaments—bracelets, anklets, a golden talisman around your neck, and a big gold crescent on your cap—why, even your teat holder was made of gold! On seeing you, Awadh the coffee man gasped: "Eh! Who *is* this child? She must be from a very rich family…all her ornaments are made of gold."

"I sternly rebuked him, ordering him to merely admire and cast no spells. But it was too late. He had already cast a spell because you suffered convulsions that very night, fluttering like a chicken being slaughtered.

Luckily an Indian lady, Bi Fatubai, lived in the neighbourhood, an expert on such childhood diseases. We urgently consulted her and she kept you apart in a dark room for seven days. No stranger was allowed near. Indeed you were to have no visitors at all. She gave us *mafusho* to burn, *mvuje* to wear around your neck, and soot to smear on your face. It was foul-smelling stuff to ward off evil spirits since the Satan who brought on the convulsions was a clean one, the type that hated filth. Your father, by the way, had suggested calling in a doctor. But, tell me, what doctor could cure such things? Luckily, your grandmother listened to me and so you swiftly recovered. Since then, notice, you've rarely been adorned with many gold ornaments. This is to avoid the evil eye." Fatma always loved such stories and Hobo told them with pride.

As Fatma came of age her grandmother was now very much the household matriarch. She ran all domestic affairs and even Mr Masoud came under her tutelage. Nothing could be done without her consent. Nothing. A short spritely lady and distinctly charismatic, Bi Zeyana was impossible to ignore. Mr Masoud had great affection and respect for her and she was held in awe by everyone in the household, though more from love than fear.

She was benevolent, but more than that wondrously kind at heart. She was also courteous and approachable, with a special love for her relatives. And she treated her servants as if they were her own children, letting them live with her and occupy every corner of her big house. Even their children were born there. And so lively was her home that at lunchtime the household, including servants, probably numbered eighty. True, there was little for all these servants to do, but Bi Zeyana, most expertly, could always assign them duties according to their ability. Those adept at tidying were detailed to clean the house and those good at cooking were sent to the kitchen. Some had only to burn frankincense in large clay cooling pots before water was put in them, while others were given small chores or told to deliver greetings to friends and neighbours. Men were assigned duties needing strong hands, such as chopping firewood, laundering and ironing Mr Masoud's clothes, and running errands to the market. Though most received no formal salary, Bi Zeyana met many of their needs. For instance, she assumed all matrimonial and wedding expenses and when they died covered all burial costs including purchase of the shroud. In a word, she assumed responsibility for all matters that affected her servants and was deeply upset when misfortune befell them. She grew angry if a visitor was seen in any way ill-treating them, even when the visitor was a relative. True, some of her servants stayed only during the day, returning to their homes in Ng'ambo in the evening, but these homes Bi Zeyana helped them to buy and in some cases even provided as a gift. And those who lived with Bi Zeyana did so quite without obligation, regarding her as a pillar of support in their lives. In every respect, come rain or shine, she was their parent and her house more than anywhere else was their home and one they could proudly boast about. Typically, on her death, Bi

Zeyana bequeathed them one of her big plantations, *Mwembe Tamu.*

Hobo one day told Fatma that the servants were descended from slaves who had belonged to her ancestors, but that slavery had been abolished long ago and the present situation was the result of much love and goodwill between them and their former masters.

"Slaves?" Fatma was heard to retort. "But I feel ashamed that my forebears were involved in that awful trade…."

"Why are you so surprised?" Hobo interjected. "I'm also a slave, and in fact your grandfather paid cash to buy me", she added boastfully. "I'm not just an offspring of slaves. My own uncle actually seized me in the bush in Singida as I was collecting firewood. He deceived me and sold me to the Wayao, one of the most powerful tribes in East and Central Africa. They were the main slave traders and used to seize members of weaker tribes and sell them on the coast to foreigners. Then I was eventually sold to your grandfather. When I reached puberty and had grown into a beautiful mature woman your grandfather made me his concubine. He loved and pampered me more than his wife who was his own cousin. Unfortunately, though, I couldn't bear him a child and be addressed as *Mama Bwana or Mama Bibie* like some of my friends. But, God bless your grandfather, he gave me your mother to raise like my own child and then you as my beloved granddaughter. May God grant you long life so that one day you can bury me when I die."

Realising there would be no end to this story, Fatma interrupted her. "But Hobo," she said, "in our school books we read that the Arabs were leaders in the slave trade and mistreated slaves very badly!

"It's true, my dear," Hobo replied, "that slavery's a curse in any country that practises it and even now, long after its abolition, surviving remnants still create misunderstanding and hatred between people. After all, our religion abhors slavery. But it was not only practised by Arabs. No, it spread throughout the world. Anyone with the money could go out to buy slaves. At one time I also bought slaves, two of them with my own money! But they were a wild pair and ran away, claiming I was harsh. It was a blessing to be rid of the burden for I couldn't provide for them properly. This all happened because we were in the dark and engulfed in ignorance."

"Anyway," she continued, "wickedness and kindness are found among people everywhere and always, and not just in slavery. It all depends on the conscience and feelings of the individual. It's also true, my grandchild, that there's nothing worse and more dangerous than having power over a fellow human being. It's a great test God imposes on us. It sometimes happens that a mother might be unfair to a polite and submissive child, yet keep an anxious distance from children who are rude, lest they show disrespect and perhaps incur the wrath of Allah...."

Hobo had not yet finished her little sermon. "There's always," she continued, "much wickedness in people's hearts and evil occurs every day. Recently I visited an injured neighbour, slashed with a knife by her husband. Suffering severe leg pains, she'd asked a neighbour's husband to buy her linseed oil for massage purposes. Unfortunately, her own husband, returning from work, learnt of this and without hesitation seized a kitchen knife and slashed her face as well. This so that she can't ever now boast of her beauty before other men. Her poor face, to which she'd applied turmeric, was swollen like a bowl and she was also suffering from fever, but could not even walk to the hospital."

Hobo went out of her way to calm Fatma, seeing how all this upset her. "There's no more slavery (Praise be to Allah)," she said, "but we can't erase history and while we can't forget we can always forgive. Don't be sad, my granddaughter. You've committed no sin by being born into a slave-owning family rather than being a slave yourself. It was Allah's will. You had no choice. Don't listen to slander. And, if you want to know more, some who were once Arabs' slaves have down the centuries become mothers to royalty; yes, to princes and princesses, famous in many towns and cities, not just here in Zanzibar but all over Arabia. As you know, according to Islamic law, a first-born son can ascend to his father's throne, whether born of a queen or concubine. And so sultans quite often have indeed been born of concubines. Also a slave who bore a child for her master could no longer be a slave of anyone, gaining her freedom automatically.

"And think of America," Hobo continued, "where they've incurred the very worst notoriety because of the slave trade. I hear that a man can't be considered white if he had a black ancestor even seven or ten generations ago. Consider, too, the situation where a child has a slave mother and a white father, as happens here to some of us who've had babies by our masters. In America those children have no status at all, can't inherit, and certainly have no civil rights. They're considered illegitimate and slaves. And that means a white father could sell his own children and separate them from their mother. My dear grandchild, when our neighbour Mr. de Souza explained all this to me I was surprised and shocked. I simply couldn't understand it."

She then again told her favourite story. "I thank Allah that I was sold to my love, your grandfather. Though unable to give him offspring, he gave me offspring of his own flesh and blood so that today I feel I've given birth to my own children, just like those who've had children by their masters. And, most important, he's taught me to recognise my one and only Lord who is Allah and also Prophet Muhammad (PBUH), instead of remaining

19

a slave to sorcery, magic and idolatry." She concluded her story saying, "And now, my grandchild, let's go to perform ablutions before the Muezzin's call for *dhuhr* prayers."

Fatma was born in a town house on the shore near the port, one among several built by Bi Zeyana's father. When Bi Zeyana inherited it, she extended it, adding another storey and a flight of teak stairs that reached the top of the building. She also created a large inner courtyard to guarantee good light and ventilation. Though open, the rooftop was safe, protected by a parapet rather than the corrugated iron sheeting so common in Zanzibar. The main door was grand and artistically designed, with Qur'anic verses carved on it together with flowers and other lovely motifs. Its large brass bosses done in the Arabic style made it even more striking. The house certainly had enough rooms, yet it had spacious halls as well. The *seble* was on the ground floor together with small rooms for use by the doormen and other servants.

Bi Zeyana occupied the middle floor and was consequently known as *Bibi wa Kati* or the Lady in the Middle. The top floor was for her son, Mr Masoud, whose wife thus became known as *Bibie wa Juu* or the Matron at the Top.

The comfortable sitting rooms were works of art in themselves, containing hand-crafted furniture, often covered in red velvet, made from rosewood and bearing carvings that resembled lace imported from India. Hand-woven carpets from Iran graced the floors and crystal chandeliers hung from the ceilings. Beautiful clocks, *saa za mkebe*, were fixed in every corner, their quarter-hour striking so loud as to sometimes make Mr Masoud rush to switch them off! Big wooden *makasha* boxes decorated with brass studs stood here and there wherein small articles were kept. And there were sandalwood chests for clothes that would absorb their sweetly delicate fragrance. Brass bedsteads throughout the house required regular polishing; so too mirrors in some rooms covering entire walls. Shelves glittered with crystal vessels of varied shapes and shades, their beauty enhanced by gold and silver pattern work. On many tables stood perfume dispensers plus incense burners and aromatic aloe-wood holders on silver trays.

Bi Zeyana loved to make her house a thing of beauty, and because her husband died while she was young she taught herself independence, learning to plan and succeed alone and in ways she thought fit. The soul of her home, significantly, was its wonderfully busy human activity and that was what she wanted. It was all banter and laughter, though sometimes of course there were servant quarrels that required her attention.

Fatma in her dejection remembered how happy she was in those bygone days. She would play happily, even

21

feeling free to give herself airs and graces for the benefit of all around her! She regarded the servants as relations and family elders, quite without discrimination, and unfailingly addressed them with their honorific titles and salutations. From her earliest childhood she had grown to love them, though sometimes, naturally, she feared those who were very strict. They would scold her for a mistake and she would obey them, having been raised always to respect her elders.

Though she was an only child, in her parents' eyes Fatma was not the only child in the household. Besides those being cared for here, there were visitors' children too and thus, because her home was never without guests, Fatma always had friends to play with. There were also many neighbours of different races and religions and since they all lived in peace and harmony Fatma grew up believing they were all her relatives. Elders routinely visited one another, whether in times of happiness or need, exchanging gifts of choice food and always volunteering help when occasion arose. The children of one family were regarded as belonging to every family, to be looked after by everyone. This was sheer delight for Fatma since it brought friends from different races and religions and a chance to learn about their lives and culture.

From time to time they received visitors from Oman. Fatma recalled that one morning she was awakened early by her mother saying, "Get up and greet your relatives who arrived by dhow last night from Arabia!" She rose in great excitement, racing downstairs to her grandmother's quarters on the middle floor. There she found ladies and several children, husbands being accommodated on the ground floor below. Fatma was overjoyed to meet these newcomers, both old and young, and the feeling was clearly mutual. But verbal communication, alas, was impossible, Fatma having no Arabic and her guests no Kiswahili. Facial expressions, however, indicated great love for this young hostess.

Such guests would live with the family for many months until able to support themselves; only then would they move to their new abode. Some would travel further afield, perhaps to the African mainland to seek a new and better life there. Bi Zeyana graciously offered her house as a transit base when relatives needed such help, accepting this as her responsibility.

Fatma loved and respected her grandmother who endlessly doted on her. She and her father routinely joined her for breakfast, which would begin with Bi Zeyana calling Mabrouk, a servant, to bring the *tasa* and *birika* pots for washing their hands. "Mabrouk, my son," she would say, "bring them, please." After which the trio would gather around a large brass tray bearing plates filled with a variety of food, depending on what Bi Zeyana had prepared that day. There would be bread—for example, sesame bread, *mahamuri, vitumbua, chapati, mikate ya kuchapa, mkate wa kumimina*, or *magole* and the like. Also meat dishes to go with the breads and sweet dishes that were Fatma's favourites, especially fried bananas and vermicelli.

Bi Zeyana routinely invoked God's name before she touched any food, after which Fatma and her father did likewise. At every step, her grandmother took the lead, followed by her son and then Fatma, who fully understood the rules: elders must always be allowed to begin first, except in matters of thirst, when the youngest could be given water as a priority. Despite the love she showered on Fatma, Bi Zeyana at meal times was very strict if she found her careless in manners and etiquette. Constantly observed, Fatma knew she must not put her fingers in her mouth when eating or open her mouth wide; nor make a noise when chewing her food; nor take food from a distance but wait until it was brought near; nor talk unless she had to, though Bi Zeyana and her son would converse freely. Should Fatma break these rules, Bi Zeyana wouldn't reprimand her but simply turn on her a disapproving look that told her clearly she had erred. But, much as she enjoyed Bi Zeyana's delicious cooking, Fatma found it hard to wait until her elders had finished, especially when she had eaten enough and wanted to play with her friends. And she felt impatient listening to conversations she neither liked nor fully understood. Only two words, "coconuts" and "cloves", always stood out

24

since Bi Zeyana reserved breakfast time for discussion of the family plantations.

"Having good manners is supremely important." How often had Fatma heard this! "More than anything, good manners, always and everywhere, are the clothes that best become the wearer. Good manners show a person's origins and especially the home that brought them up. Those with bad manners disgrace their parents because it shows they have failed to raise their children properly." These were the solemn teachings Fatma and her companions were endlessly reminded of and warned never to forget. The first rule she learnt as a toddler was to greet her elders by taking their hand in both of hers and kissing it. And such respect applied not only to close relatives or those at home but to all older people, whether they had been formally introduced or not.

Calling older people by their first names was not good manners. The young must always address their elders with such titles as "bibi", "khaloo" or "amoo" or "dada". Then too the young must not take a seat ahead of their elders and must vacate a seat when an elder entered the room. Respect for older people was indeed a cornerstone of local culture.

Fatma was content with all this for it created harmony with her people at home and endeared her to everyone wherever she went.

Fatma recalled how happy she was on festival days, especially during Eid-el-Fitr, commonly known as *Sikukuu ndogo*. Beginning in the month of Shaaban, four weeks before Ramadhan, she looked forward to Eid with great relish. "Wonderful…it will soon be here!" she would exclaim, though the great day was still two months away.

The older folk took charge of Ramadhan fast preparations. It meant purchasing and storing in the warehouse everything not perishable, including ghee from Kismayu, bags of sugar and rice, flour, and wheat for *bokoboko*, pigeon peas, cow peas, *njugu mawe*, and the like. They would grind rice flour for porridge, which was then preserved in tins, and various kinds of powder for curries. By the time Ramadhan arrived, everyone, old and young, was in a festive mood.

That very evening, the night before Ramadhan, *Taraweh* prayers would begin and all male members of the household would proceed to the mosque. Usually the women would pray at home individually and sometimes in a group, while the young would join the adults with great enthusiasm, leaving Bi Zeyana to declare "This is the right path, my grandchildren. You must continue learning how to say your prayers properly and don't pray just once a year during Ramadhan."

At home, it must be said, among old and young, there was a strong devotion to religion. Everyone routinely invoked Allah's name in conversation, in times of sorrow or joy. Prayer was as vital as food. Some, it is true, were perhaps a little negligent, but most probably looked forward keenly to the times of prayer.

After *Taraweh* prayers everyone would go their own way and nobody wanted to go to bed early. Some would walk to the shops to buy things for Eid and others whiled away the time with card games or chatted until the gun announced *daku*, the late meal.

Indeed Mr Masoud had begun a tradition in which, after *Taraweh* prayers, anyone could call at his house to recite or hear others recite a chapter of the Qur'an. Thirty chapters would be completed by the twenty-eighth day of Ramadhan and thus before month end. And on the final evening many were formally invited in and entertained to cold drinks and ice cream.

Naturally most cooks would be working in the evenings during Ramadhan, busily preparing *daku*, so that in the middle of the night the aroma of *pishori* rice or the season's paddy would fill the air as if on an ordinary warm afternoon.

Fatma liked the rice at *daku* time. She found its flavour completely different from that prepared during the day and was upset if it happened that she overslept and was not awakened by her mother for this special treat. Sometimes she was so sleepy that she could hardly open her mouth to eat; but even so she still wanted to be woken up and wouldn't miss this opportunity for the world.

Various tribal groups at this time would pass by the house beating drums, halting to dance at the door. The children looked forward to this *furja* with enthusiasm, rushing to watch through the windows. In effect of course Ramadhan was celebrated at night with little activity during the day and because the old folk went to bed late, following the early morning *alfajiri* prayers they would return to bed for a three or four-hour nap.

Often noise from the pounding of flour for the rice bread and wheat for *bokoboko* woke Fatma and when sesame bread was being prepared too. She especially enjoyed watching Ma Bustani, one of the cooks, kneading the sesame dough because, using all her strength, she would rise bodily to her full height, drawing up the dough, then slap it down again and again. "Now that's correct," she would explain to Fatma, "it has to be fully aerated."

Soon after getting up, Bi Zeyana would sit on a special stool in the kitchen to supervise the cooks responsible for the yeast dishes and anything else chosen for the day; but once the yeast had done its work the cooking itself happened after the midday *dhuhri* prayers. Then everyone would go into the kitchens, even those who did not usually do so, and because there was one on every floor, each for special types of food, lively conversation would rapidly spread.

Some kinds of food, such as cassava, bananas,

breadfruit, potatoes, cow peas, pigeon peas, bambara nuts as well as *bokoboko* and porridge were cooked on wood fires on the ground floor. The supervisor there was Ma Tausi, whom Bi Zeyana had personally coached and qualified. *Sambusas, msanifu, mikate ya mtabbak, vipopoo, zerebia* and the like that needed more expertise were prepared on the first floor on *seredanis* or braziers, with personal supervision and assistance from Bi Zeyana. Finally, meat dishes and soups were prepared on the top floor by Fatma's mother and Hobo.

Fatma had small cooking pots bought for her, including special wooden spoons and children's ladles, and so she and other youngsters were pleased to get an opportunity to help with the cooking. Ramadhan days seemed endless, so people busied themselves in cooking and the children were happy to join in. Their elders coached them not just in culinary matters but also in how to pound, grate coconut, sift flour, winnow rice, and many other skills. There was keen juvenile competition to see who could cook best. "In order to be respected, a woman must be able to cook well and it is a disgrace if she can't do so." This was what the children constantly heard from the older women.

As evening shadows lengthened, commotion of no small magnitude arose as food was portioned out onto plates and trays. And Bi Zeyana with great authority would say: "Trays for the men in the *seble* should be sent down at once: the Muezzin will soon be calling us to prayer."

Normally during Ramadhan, Mr Masoud hosted the *iftar* meal for friends and acquaintances, or indeed anyone who happened to be present. This being a holy month, Muslims believed that those who could afford it should entertain in order to receive blessings and the promise of abundant sustenance. As for Bi Zeyana, she got angry if she found a staff member late in breaking the fast. Even with chores yet to complete, that individual had to stop and have something to eat. Once the Muezzin had finished the *adhan*, everyone, without delay, had to have a date and porridge to break the fast.

The young were pleased when allowed to fast. Mr Masoud would say to his wife, "Don't discourage Fatma when she wants to fast, but at the same time don't force her while she's still under age." Thus, Fatma began fasting at the tender age of five and a half. Before that she used to fast only up to midday or one o'clock in the afternoon. When she grew thirsty or saw a favourite food, however, she found it hard to resist temptation and would give up. But one day she managed to fast until four o'clock in the afternoon, when, feeling weak, she fell asleep. On waking, seeing that it was still not sunset, she wanted a drink, but her mother pleaded with her: "Don't give in, my dear. There's hardly another hour to go. Otherwise you'll have persevered for nothing." So she held on and this was the first time she had fasted for the whole day. The old people were so pleased that they gave her cash prizes. From that day on she found it easy to fast and later, when she was ten, she could fast daily for the whole month. She felt very proud of her achievement especially among her schoolmates when the new term began.

And with the last day of Ramadhan, oh the joy of next day being Eid! Fatma and her friends would gather on the balcony waiting to sight the moon. Though still fasting, they had no appetite for the *futari* breakfast, being only interested in that magical moment of the moon's appearance. Everyone would gaze with rapt attention at the sky. And the first one lucky enough to see the moon would shout with joy, "Tomorrow is Eid! Tomorrow is Eid!" And they would all join in shouting and cheering. A little later they would begin counting the cannon fire that told the whole town the moon had appeared. In unison they would scream at the top of their voices, counting the blasts: "One!...Two!… Three!..." Up to a total of twenty-one.

Of all days this one truly for the children was among the most joyful. They hardly slept a wink that night, keenly anticipating the celebrations. Hobo would be busy applying henna to them and they slept together on mattresses on the floor instead of on their beds. But Fatma could not sleep comfortably anyway because of the henna applied on palms and legs and its preserving cover of castor leaves. This was hard but how beautiful it looked next morning – a brilliant red - after she had wiped it off! And the fragrance! Oh, how she loved it! That especially recalled for her the joy of Eid.

The household would be awakened at dawn to the cries of goats being slaughtered below at the main water taps—their meat for holiday eating and alms distribution. Fatma, wearing one of her Eid dresses specially sewn by her mother, would look lovely in her gold jewellery. Children and adults, male and female, they would all don new clothes believing it was an Eid tradition established by Prophet Muhammad (PBUH). And everyone looked radiant.

Morning food included *bokoboko* made from rice, as well as liver and the meat of a young goat. Later there would be portions of *biriani* distributed to friends and neighbours. And meanwhile commotion and hubbub rose in every corner of the house as the number of people increased. Young and old paid homage to Bi Zeyana. The young were presented with *idiya* and adults were given alms as *zakat*. Similarly Fatma and her friends were escorted to pay their respects to close relatives and parental friends. The afternoon found them trooping to Mnazi Mmoja—a large open area which, on celebration days, the government converted into a fairground for children, with swings, dances such as *nachi*, shops that sold toys, puppet shows, and the like. All this delighted the children, who came to identify Eid with Mnazi Mmoja, where the show would last four days and which they looked forward to with enormous relish.

While Fatma lay on her bed recalling those joyous moments from the past, she also remembered the first calamity that befell her: the death of her grandmother, Bi Zeyana. She was nine years old and grief-stricken on realising she would never see her grandmother again. She remembered most the cacophonous wailing and mourning by people thronging the house, especially when men arrived to place the body in its coffin. Desperately sad, she joined the wailing too, until Hobo came to take her away. Day and night the house was crowded with people, some of them in from the plantations. Food was constantly being prepared and distributed, even though the many visitors, friends and relatives, in keeping with Islamic tradition, brought food as well for the mourners throughout the whole week.

People attended on consecutive afternoons to recite the Qur'an and on the third day Maalim Habiba led the *khitma* prayers for the deceased. *Halwa* and coffee were then served after which the huge gathering dispersed, though close relatives remained for seven days of mourning. There was another *khitma* on the fortieth day when those invited were served with *biriani* for lunch.

After Bi Zeyana's death, Mr Masoud stepped into her shoes and took command of everything. Without other responsibilities, he spent much time looking after his plantations, a full-time job, as it was for many of his colleagues. In addition he had often to travel to the mainland to recruit workers and arrange their accommodation. He planted ever more clove trees and coconut palms. And, like all local plantation owners, he encouraged those workers keen to farm small plots for themselves to do so without expecting payment from them. He was immensely proud of Burudika, his largest plantation, with its long family tradition and history.

Often Fatma had heard old family stories from Hobo. Bi Zeyana's grandfather and colleagues, who had sailed from Oman, were pioneers who accompanied the Sultan when asked by Zanzibar's indigenous people to free the islands from the Portuguese. It was at this time that the Sultan conceived the idea of cultivating cloves and consequently Bi Zeyana's grandfather bought stretches of virgin bush and planted the trees. With help from his wife he worked strenuously, but alas many seedlings were soon destroyed by a mighty *kimbunga*. Yet neither he nor his fellows suffering a similar fate were discouraged. Indeed, they planted even more seedlings and thus, many years later, clove plantations emerged. Because of this crop, which was routinely of the highest quality and exported to all parts of the world, the islands prospered and became famous.

Indeed the name "Burudika" was conceived by

the grandfather when he was clearing the bush for the plantation. He believed, as its name suggests, that a time would come when his heart would be calm and peaceful due to the plantation's prosperity. It was indeed a lovely place and a source of many blessings.

Mr Masoud built a large house there with wide balconies, while smaller houses, erected by earlier settlers, were used to accommodate visitors. He furnished this fine new residence like his house in town, though he was disappointed at the lack of electricity and water mains in the rural areas. Even so, with the family in residence, large lamps and lanterns provided brilliant illumination until midnight, after which smaller ones took over. Water was drawn from wells and distributed wherever it was needed, so really there was little to inconvenience the family here.

Fatma's mother, Bi Asha, was overwhelmed with responsibilities after the death of Bi Zeyana, whom she called *amoo*. She supervised the entire household, both chores and people. The daughter of Mr Masoud's uncle, she had been chosen for him since birth, and when eleven, even before puberty, she was married to Mr Masoud, who was a young eighteen-year old. As Hobo put it to Fatma, "Right up to the fateful day, your mother was unaware she was a bride-to-be. And she was certainly surprised on being ushered in to her husband. Furthermore, it often happened that when Mr Masoud returned from business he would look for her, only to find her playing with dolls under the bed! Not surprisingly, it took time for your mother to get used to married life. But of course she turned out to be a very fine lady - elegant, refined, beautifully mannered, and a renowned cook in the mould of her *amoo*.

Bi Asha and her husband shared such a life of love and harmony that Fatma never once heard angry words between them. Mr Masoud would offer advice and Bi Asha would accept it with the words "as my husband says." She would never oppose him.

Hobo once told Fatma the following story: "Because, after almost eight years of marriage there were no children, your father considered marrying a younger woman. Your mother raised no objection or indicated disagreement. The idea simply did not bother her. Indeed, she took the trouble to choose a wife for him, selecting a young girl who was her own *mwari*, a friend's maiden daughter to whom she was both mentor and marriage guide, and even organising the wedding! She burnt aloe wood and adorned the girl with *vikuba*. Unfortunately, this girl turned out to be devilish, screaming and shouting whenever your father approached her. Neighbours seven houses away could hear her! So your father divorced her at once and sent her back home. Thank God, a disaster was averted. I myself was heartbroken, but would your mother listen to me? Never! As always it was a case of "Word has come

36

from Mr Masoud. *Bwana kasema"*. All I could do was lament and watch the drama. I thanked Allah when you were born and an important problem was solved." And with these words Hobo ended her story.

In fact Fatma clearly recalled her position between her parents. Because there was never a quarrel or angry exchange of words, she felt like a small bird playfully hopping from one to the other while love-filled eyes looked on adoringly at her. How wonderfully secure and content she was! She simply loved her parents. Especially her mother!

A year had passed since her mother's death, but with grief still fresh in Fatma's mind, it might have happened only yesterday. Time had not healed the wound in her tender heart and whenever she thought of her mother hot iron seemed to pierce her soul. Often she would tell herself, "had mother died long ago when I was an infant, I wouldn't be able to remember anything." But she had died when Fatma was enjoying her maternal care most keenly, a time when she needed her mother most. It was as if a glass of cold water had been snatched from her hand just when she desperately needed to quench her thirst.

From when she was a toddler Fatma had felt guilty whenever she annoyed her mother and would cry pitifully if scolded by her - not because of the reprimand, but because of briefly losing her mother's closeness. She would later approach cautiously, seeking a chance to kiss her mother's hands and say "Forgive me, Mama", and she would swoon with relief when her mother, forgiving her, hugged and kissed her in return. In truth Bi Asha was a mother with a towering love for her only child for whom she had long cherished great ambitions. Together with Hobo, Fatma slept close to her parents' bedroom, in a special room tastefully decorated with cloth and straw dolls woven by her mother. There were also many modern trinkets to play with so that Fatma's friends were always keen to visit and very reluctant to leave. Apart from her friends, Fatma really missed nothing because she hugely enjoyed her mother's company at home where she endlessly bombarded her ears with curious questions. Later, as an adult, she realised how much that was useful she had learnt from her mother.

Bi Asha, it should be said, like so many ladies of the time, hardly ever ventured from the house unless it was essential to do so. Whenever women had to purchase clothing or gold jewellery, Indian hawkers would visit so that they could buy in the privacy of their homes. Thus, on the rare occasions when Bi Asha and Hobo had to go out, special arrangements were made so that Fatma was in no way left upset. Ma Msimu was normally called in and the children liked her because of the interesting stories she told them.

Never once did Fatma think that one day her mother would die, but that day, alas, was not far off. She believed her mother would always be with her. To be orphaned through the death of her mother? The prospect never occurred to her! It was something that only happened to her friends. She recalled how she and her mother would grieve when friends did in fact lose their mothers, feeling deep sympathy with them in their bereavement. "Indeed they've lost a very important person in their lives", her mother always said. "I always pray to Allah that I won't die while you are so young." Little wonder, then, that Fatma, while pitying her friends, could not really imagine life without her own mother or even envisage a calamity befalling her.

However, on the night when her father said, "Before you go to sleep go and kiss your mother," it had been known for three days that Bi Asha had developed a high malarial fever. Because it wouldn't subside, Mr Masoud brought in an expert Hindu, Dr Mehta, to treat her. But to no avail. Cerebral malaria had set in.

When, as directed, Fatma went to kiss her mother goodnight, she was surprised to notice that, contrary to custom, she did not embrace her and was not cheerful. "Oh dear, poor mother must have been in her last two hours of her life," Fatma later reflected. At the time, she had simply jumped into bed and gone to sleep without realising that she had bidden her mother a final goodbye.

At dawn next day, Hobo woke Fatma very gently. Her own eyes were swollen and bloodshot and her voice sombre. Fatma woke with a start, despite Hobo's careful touch, and immediately sensed something dreadful had happened. On hearing the news, she burst out wailing and ran to her mother's room crying "Mother, mother!" But the door was closed and the scent of burning frankincense from within had spread everywhere. Hobo took hold of her, hugged her, and consoled her. But Fatma wept inconsolably, while sweating profusely, and later that day was rushed off to stay with relatives. Hobo had suggested this because "the little girl should not be shocked by seeing her mother's coffin."

While away Fatma was advised to read the Qur'an whenever she started sobbing and also to pray for her mother's admission to Paradise. However, she was worried that if her mother was in Paradise this meant she would not be able to see her again. Instead, therefore, she prayed sincerely and tearfully, "O Lord! Let it be that my mother isn't dead at all but only unconscious and, God willing, will by now have awoken."

However, returning home in the evening, she was grief-stricken to realise that her mother had already been buried under a mound of earth! "I'll never been able to see her again," she kept telling herself, "never." Her father strove hard to console her, but this was impossible. Even when days and months had passed, she would still secretly cry before falling asleep and then pray to at least see her mother in her dreams. Hence her joy when at times this did indeed happen. Then she would excitedly tell Hobo about it - Hobo, the pillar of her life in place of her mother. She had always loved Hobo, but now felt that she loved her even more and could not be without her. She wanted Hobo always to be close by and at night would vacate her own bed to sleep near her on a mattress spread on the floor.

It was difficult to assess the grief Hobo herself suffered on the death of Bi Asha, a woman who was in effect her own "daughter". Bi Asha had been only three days old when her mother died and her father had entrusted her upbringing to Hobo, his favourite concubine. Bi Asha was nursed and cared for so lovingly that she seemed to be more Hobo's child than anyone else's.

On one occasion, however, Hobo quarrelled with her master and in a fit of temper left home with the child on her shoulder. Seeing this, the father said, "If you're going away you may leave, but my child will stay here." With some spirit, Hobo replied "This isn't your child. You've only sired her. It is I who have a strong love for her. I've nursed her and faced all the trouble of bringing her up. Whether you like it or not I'm leaving with her."

While the two engaged in this unseemly tug-of-war, Bi Asha was crying pitifully. Hobo's *bui bui* slipped down while the father's undergarment looked about to do the same. People in the house intervened, separating them and trying to calm the father down. Unconcerned,

Hobo abruptly left with the child, only returning when the father went to her place at Ng'ambo and pleaded with her to come back. Such evidence of Hobo's love for her child Bi Asha would often surprise and delight Fatma when it was described to her.

One day Fatma saw a lady with a neck scar that prevented easy turning of the head. Enquiring about this, Fatma was informed by one of the servants as follows: "Your Hobo was responsible for it. When this woman, Safia, was young she was a sort of assistant nanny who used to play with your mother. One day, when in her care, your mother crawled very close to a *seredani*, and, unfortunately, a small charcoal briquette that had fallen onto the floor burned her thigh. When Hobo saw this she simply snatched up a burning brand and scorched Safia on her neck." It was true that when Hobo got angry she went almost berserk, not thinking of the consequences and fearing no one.

On another occasion Bi Asha, still a child, entered the room of a concubine whom Hobo did not like and this woman gave Bi Asha something to eat. Learning of this, Hobo was so furious that she pulled at Bi Asha's tongue until the tongue tie below it snapped. When she later recalled the incident, Bi Asha vowed that, should she bear a child, she would not entrust its care to Hobo, whom she loved, yes, but whose tantrums worried her greatly. What is clear anyway is that no one could properly control

Hobo. Yet when Fatma was born she nursed and cared for her with total diligence and affection. And nobody dared take her place.

Though Hobo never had a child of her own, she appeared maternally fulfilled in every way, doubtless seeing Bi Asha as her child and Fatma as her grandchild. No helpful task was beyond her and in emergencies she was ready to sacrifice herself completely for their sake. "That's the picture that portrays my Hobo," reflected Fatma, as she lay still staring at her bedroom ceiling. "I simply can't believe she was not the natural mother of my mother. And now it pains me horribly that she was not even a blood relation."

The name Hobo's master had actually given her was Yasmin. But she was called Hobo in consideration of the high esteem in which she was held, an esteem higher than any other servants'. It was the affectionate and respectful name given to elderly women loved by children. Hobo was tall, thin and brown and though her hair was woolly it was also soft like silk and by then also grey. Clearly she had once been a very beautiful woman and she liked boasting that her master had loved her even more than his wife, his uncle's daughter, and more than eight other concubines in the harem.

CHAPTER THREE
Stepmother

After his wife's death, Mr Masoud spent much more time inspecting his plantations, sometimes accompanied by his cousin Salim. Though Salim was younger, the two got on very well. Mr Masoud had arranged that on Mondays, Tuesdays and Wednesdays, he would visit the plantations and stay in town the rest of the week.

Fatma was sad to see less and less of her father. Though not so close to him as to her mother and her Hobo, she was always happy to see him and be in his presence. When she went to pay her morning respects, he would open his special cash box and give her pocket money for the day. But what he most liked to do was to teach her about their family tree. He would say, "Tell me, who are you? Who are your parents and your ancestors?" Fatma would reel off twelve ancestral names she had been taught and then, pleased with her effort, he would chuckle heartily and pat her on the cheeks, though this was something Fatma did not like much. At other times he would give her poems he had written in Arabic, which the poor girl had to learn by heart but did not understand!

Fatma held her father in awe, though he had never reprimanded or smacked her. She loved him as a pearl beyond price, beautiful to look at but not to be played with. And she always noticed that his white muslin *kanzu* was so clean that a fly would never land on it and that there was forever a sweet fragrance of aloe wood around him. Hence, she could hardly see him as someone to play with, jump on, or hug as she could with her mother or her Hobo.

Losing Bi Asha, the person they both loved, Fatma wanted to console her father and draw him closer to her. Mr Masoud, however, knew how to console himself. Less than six months after Bi Asha's death he married a new wife!

On that day, returning from school, Fatma was called by her father and as always went happily to him. She found him seated on a chair and a lady visitor sitting next to him. After the usual greetings, Mr Masoud began, "Fatma, I want to introduce you to your new mother, Binti Abdullah….I…" But Fatma could hear nothing more, feeling that her eardrums had been burst by a thunder-clap. Her eyes fell on this woman's left foot, hugely swollen with elephantiasis. It was the first thing she noticed. She was dumbstruck and her gaze was fixed there until this foot was moved and hidden behind the other. Then she remembered that it was rude to stare at something like this. So, instead, she looked at the visitor's face. It was broad and pockmarked, in some places the marks comprising deep round scars. Binti Abdullah exuded the scent of aloe-wood and a *kanga ya kisutu* covered her head, though her hair was visible and so also the red paper rolls in her earlobes. She had plaited her hair in *usuluti* style with *behedani*, which made her forehead shine. She had, finally, tricked herself out with a ruby nose stud and heavy gold bangles. She was dark of complexion, tall, and everywhere generously endowed with flesh.

"Oh! So this is Fatma", she began. "I notice that she doesn't resemble you at all, Sir. She's certainly not inherited your handsome features and she's shorter than my Khadija, though I think they're about the same age…." Mr Masoud interrupted saying to Fatma, "Binti Abdullah, you see, has children of her own so no doubt you'll be pleased to have company to play with. They'll be coming to live here."

"Indeed they will, Sir," Binti Abdullah added, "for where else can they live? This is now my home and where I live they must live too. My children are now your children. Isn't that so?"

Fatma could say nothing but simply went to her room, slumped face down on the bed and sobbed helplessly. But Hobo soon appeared to console her, saying, "Don't cry, Fatma, my grandchild. Your father's a man. It's important for him to marry because he needs a woman to look after him and care for him when he's sick."

"But poor mother!" Fatma cried, with sorrow welling up from the bottom of her heart. "This means he's already forgotten her."

"It's not right you should cry for your mother," Hobo warned. "Your tears will burn her. They're like fire."

"But I can't help it," insisted Fatma. And immediately after that Hobo joined in the weeping.

That evening Mr Masoud called in Fatma and said, "Tomorrow you'll move to the middle floor and the room your grandmother used to occupy. This is because Binti Abdullah's children will live up there near their mother." Fatma was so shocked that she remained speechless.

Early next day, grieving and silent, Hobo and Fatma collected their belongings and moved to the middle floor. The room once occupied by Fatma's grandmother was three times as big as her own. It was long and narrow, full of antiques and bric a brac of all kinds, collected and stacked to fill half the room...mirrors, long and wide, and smeared with lime to preserve them. All this, of course, was ugly in the eyes of a young girl and made worse by the musty smell of a room closed up for some years. Fatma wanted to run to the ends of the earth and disappear. She suddenly hated her home. And even though Hobo tried hard to clean the room and arrange things neatly, the poor child's heart was like lead. She had endless nightmares, ghosts and the dead constantly appearing, so that every shadow seen on opening her eyes looked like a spectre approaching her with menace. Throughout the night until dawn fear and despondency consumed her.

She returned to school worrying that perhaps her

friends knew about the events at home and would ask embarrassing questions about her father re-marrying so soon, which she herself found shameful. At the same time she kept recalling how her parents had shown solidarity and love for each other. But she remained morose all week and whenever she saw her friends laughing or talking in whispers she felt sure were laughing at her or enjoying some back-biting. Sometimes she lost her composure completely and could not focus properly on her lessons, which of course resulted in a reprimand from her teacher and then excessive grief and weeping. Soon she was hating herself so much that she isolated herself from her classmates, but this only aggravated her loneliness and made her feel foolish.

Mr Masoud had married Binti Abdullah on the advice of his cousin, Salim, who saw that he was grief-stricken at the loss of Bi Asha. Before then, apparently, Mr Masoud had not even met or seen Binti Abdullah and knew nothing about her. However, according to custom in those days, this was unnecessary: when a man married the family he married into mattered more than the woman. Binti Abdullah's father was a prominent figure and highly regarded in town and her mother had been a Manyema concubine, who had passed on to her daughter many of her physical features.

Binti Abdullah, it should be said, had been married before when she was very young, but unfortunately her husband had died and left her with three children - the oldest a boy of sixteen, the second a boy of fifteen, and the youngest a daughter of thirteen.

Indeed Binti Abdullah had heard of Mr Masoud since he was a well- known Zanzibari personality. Furthermore, while peeping frequently through her windows, she would see him walking to the mosque for prayers and sometimes would actually wait to see him pass by. And though she was fortunate that many had wanted to marry her after her husband's death, she had rejected them all. Mr Masoud's proposal, however, she accepted with alacrity, though it is true that he was well-built, tall and handsome, if at that time middle-aged.

Mr Masoud and his new wife spent their *fungati* at Burudika and stayed there three weeks. Soon after their return, he summoned Fatma to the upper floor to introduce her new relatives, Binti Abdullah's children. The girl named Khadija clearly liked Fatma and wanted to chat with her and it was she who had been allocated Fatma's bedroom.

Ahmed, Khadija's older brother, had chosen to stay behind with his grandfather, but Salim, a younger brother sick from infancy with a paralysing brain condition, was accommodated in a top-floor room next to his mother.

Khadija was keen to befriend Fatma, saying almost immediately "Come up to the top floor so we can play together – we're sisters now...." But Binti Abdullah interrupted, saying "No. Listen. Leave us in peace to enjoy ourselves. We can't cope just yet with childish quarrels. Everyone should stay where they are."

Khadija had not yet started school, though she had completed reading the Qur'an. As Binti Abdullah explained, "She's still young and might be mistreated by her schoolmates or even her teachers. And anyway what is she going to learn there? Perhaps only insubordination and delinquency." But she relented when she saw that Fatma's schooling enabled her to read and write. Fatma for her part attended a primary school for girls, the first of its kind opened by the government. It began with only sixteen pupils, but once the benefits of schooling were evident parents became interested and numbers grew. Though some still vehemently opposed registering their daughters, Mr Masoud, cultured and open-minded, did not hesitate. Thus Fatma enjoyed this opportunity for education and never forgot the excitement of her first day at school.

Because Fatma genuinely liked Khadija, they grew close and came to understand each other. Khadija would often sneak to the second floor to play with her and would sometimes bring gifts of food her mother had prepared for Mr Masoud. Binti Abdullah had arranged to eat privately with her husband without the children bothering them. "My husband can't stand any commotion the children might make," she said, and consequently her children would eat on the top floor while Fatma ate alone on the second.

In truth poor Fatma found many changes in her daily life soon after Binti Abdullah's arrival. The house, previously crowded, grew quiet and forlorn. Many servants moved out to their homes at Ng'ambo, visiting only once in a while to greet the family.

Binti Abdullah in any case had brought her own retinue of servants, but to Fatma they were all strangers in whom she could not readily confide. She felt miserable, missing painfully the women she had known from infancy and whom she had accepted as members of her parents' family. Though at first not understanding why they left, she later realised that they had not liked the new mistress of the household.

One day Ahmed, Binti Abdullah's son, whose rudeness Fatma had disliked from the start, entered her room and found her playing with dolls. "Good heavens!" he cried, "You're still playing with dolls! But you're an adult now and soon going to be married!" And he continued to mock and provoke her. Fatma began to cry and soon afterwards Hobo appeared and reprimanded the boy, at the same time trying to push him from the room. But Ahmed was discourteous, shouting, "Shut up, you ill-mannered old woman! Who do you think you are scolding me like this?" Upon which Hobo seized a fan and began beating him on his back, saying, "It's you who's ill-mannered and what's more a hooligan. You've not been brought up but dragged up! If you've not been taught good manners by your parents be sure the world will teach you them. So, I've beaten you, eh? Now go and report me to your nasty mother. I don't fear her or whoever's keeping her here." And Ahmed fled from the room threatening, "You'll regret this, old woman!"

Meanwhile Hobo continued her tirade, "There's been nothing but mayhem in this house since that woman arrived," she shouted. "Everything's unsettled and everyone's left. It's bad enough that *she* lords it over us, but to have her *son* doing it as well! No, no. We're tired of it. This woman's a witch!"

Fatma was frightened. "A witch?" she murmured. And Hobo shot back, "What else if she's not a witch? She's overpowered the Master so completely that he seems like someone possessed by the devil. He doesn't even visit or care about us any more. He's always there with this Binti Abdullah as if they're newly-weds! And what kind of woman is she? She's like an evil spirit. Definitely a bad omen. If you see her in the morning for sure your whole day will be jinxed. She *must* be a witch and I'm sure she's using magic potions to bewitch the Master…."

Before Hobo could continue in this vein they heard a loud commotion on the stairs from the upper floor and the harsh voice of Binti Abdullah herself screaming, "Where is this ill-mannered woman, this slave who can't behave properly? Who does she think she is? She's only a servant here!"

Hearing this, Hobo immediately went to confront her. "It's true I'm a slave," she declared, "but not yours. And I'm exactly like your mother who was a slave of your father. And if I don't have any manners then neither do you since you've not taught your son how to behave."

At this point, burning with anger, Binti Abdullah seized Hobo and slapped her viciously across the face. In the ensuing struggle, as each tried to beat the other and dodge a flurry of blows, Hobo's coral bead collar snapped and scattered itself across the floor. Fatma meanwhile could only cry in pain and dismay. She could not even look at Hobo as she sadly began picking up her beads. Mr Masoud, fortunately, was not at home when all this commotion was taking place.

But when he returned and Binti Abdullah reported the incident to him, he called in Hobo and unleashed his wrath on her. She did not take this lying down, however, but poured out her own anger in return, vehemently insisting on her side of the story. Alas, to no avail. By now Mr Masoud was so angry that he expelled Hobo from the house forthwith, saying he never wanted to see her again.

While Hobo hastily collected her *bui bui* to leave, Fatma tearfully tried to stop her. "Please, Hobo, don't go. Don't leave me alone," she cried. But Hobo was like a blazing fire, listening to nothing as she spat out a stream of invective and contumely.

Fatma hadn't the courage to follow Hobo for fear of her father, but that was what she wanted to do. Thus she had to live without her in this new situation, feeling lost, not knowing what to do or what would happen to her.

And so Fatma had to get used to living with her stepmother, calling her *khaloo*. She was certainly not going to call her "mother", though this was what her father wanted and constantly urged.

Khadija, meanwhile, continued to be Fatma's friend and they were together whenever possible. Salim, however, a sickly child, was often ill and could not join them, while Ahmed persisted in being even more of a nuisance, to the extent that Fatma would hide from him whenever aware of his presence. She disliked him even more after hearing Binti Abdullah one day saying to Mr Masoud, "Instead of having Fatma marry a stranger, my Ahmed should marry her." To which, however, Mr Masoud made no reply but merely chuckled.

The holy month of Ramadhan arrived not long after Binti Abdullah's marriage. And Khadija, hitherto forbidden to fast for the whole month, prevailed on her mother to be allowed to do so. "Fatma's younger than I, yet she fasts for the whole period," she complained.

Quite unmoved, Binti Abdullah replied, "I don't know anything about Fatma. Do you want to be a skeleton like her? Anyway, what's all the hurry about? You'll certainly start fasting after puberty, but there's no need yet."

"But Mum," Khadija continued, "Ahmed's already reached puberty and is old enough to be punished for his sins. Why doesn't he fast for the whole month?" Her mother's rejoinder was curt. "Agh, that boy's incorrigible. It's up to him. If he doesn't fast he'll incur God's wrath, that's all." But Khadija was in no mood to accept her mother's views and joined Fatma in fasting for the entire month.

On the eve of Eid Al Fitr, Binti Abdullah applied henna to Khadija's hands. Fatma, unfortunately, since Hobo was absent, had to apply her own, which she did haphazardly using Khadija's leftovers. Binti Abdullah later told Fatma that when she woke next morning she must go upstairs to collect the dresses delivered by the seamstress. Climbing the stairs with great anticipation, Fatma found Khadija already wearing a new dress. She led Fatma into her room and proudly showed her not just three new dresses but even an extra one. Fatma, anxious now to see her own dresses, went hastily to see Binti Abdullah, but found her in the bathroom showering. She had to sit and wait for half an hour.

When her stepmother emerged, Fatma quickly greeted her, but Binti Abdullah responded only with a shake of the head. "You've come to collect your Eid dresses?" she asked. "Well, the seamstress hasn't made them yet. She claimed there was no time because I'd sent in too many orders." She then added. "By the way, please light the incense burner. I need to scent my hair before the Master returns from prayers." And with this she swiftly handed Fatma the silver burner, almost thrusting it at her. Fatma, realising that she would have no new dresses ready for Eid, was rigid with shock.

Unable to think calmly, she came to her senses only when the incense burner dropped and a piece of burning charcoal fell onto her foot. She screamed with pain and started weeping, for not only was she burnt on the foot but also in her heart. How on earth could she not have a new dress for Eid? It was simply unthinkable and had never happened to her before-nor to any other girl she knew, not even those from a poor family.

She could not stop crying, which brought a scolding from Binti Abdullah. "Eh! Shouldn't this weeping stop? she cried. "Are you going to keep crying all day? It's a bad omen and not proper to weep on a holy day. And anyway, you didn't get burnt that badly!" But Fatma wasn't listening and continued sobbing loudly.

When Mr Masoud returned from the mosque he asked, "What's happened, Madam? Why is Fatma crying like this?"

"Oh, don't worry, Master," his wife replied, "she's

burnt herself slightly with a little piece of charcoal. I don't know how she's been brought up. She's so spoilt that she couldn't even help me handle an incense burner. The thing dropped and a tiny speck accidentally fell on her foot. But, much worse than that, look how it's damaged my Persian carpet!" Mr Masoud responded, saying, "That's enough, Fatma! Stop crying! Go and take a bath then put on your new clothes. Your friends are all dressed up and shining like the sun. Everyone should be happy today, not weeping. Don't be such a cry-baby."

Fatma rose and walked away in silence. Alone in her room she sadly recalled life with her mother and Hobo whom she missed so much. Then suddenly a thought crossed her mind. "I'll run away to Hobo's place at Ng'ambo…or somewhere else – it doesn't matter where. I don't like this house any more and I'll never live here again." She waited a little then hid herself behind the door until she saw her father descending the stairs. He was very formally dressed—in robe and turban, a *khanjar* at his waist and gold sabre in his hand. As was customary, he was off to a gathering at the Sultan's palace to pay his Eid respects. Many colleagues would be there too. For Fatma this was an opportune moment to sneak out. So she donned Hobo's old *bui bui* left behind in a chest and then slowly, with great care, exited unseen through the back door.

Hobo was dumbfounded to see Fatma on her doorstep.

"Oh, my 'granddaughter,' she cried, striking her breast in disbelief, "what's happened? Who brought you here? Have you come alone?" But Fatma could say nothing through her tears. Hobo took hold of her lovingly, guided her indoors and placed her gently on a tall bunk-bed. With a great effort she managed to calm the poor girl down and stop her weeping, before preparing a cup of her favourite black tea and also adding some handy fried fish, pigeon peas and *vitumbua*. Fatma found this kind of food even tastier than the sumptuous fare at home. Hobo also prepared *ugali* from cassava flour with a piece of dried shark in coconut stew. The gravy was heavy and garnished with chillies and lemon to taste.

"Ah! How I'd love to eat such food every day!" Fatma lamented as she licked her fingers. "No, no, my granddaughter," Hobo replied. "This is food for the poor. But I prepared it for you because I know you love it." And then, "Perhaps since it's Eid I should have killed a chicken for you since I can't afford a goat."

"If only I could stay here in Ng'ambo and enjoy such food every day!" Fatma thought. "And I could then also sleep with my Hobo on that tall bed and there wouldn't be a happier girl in the world." But next day Hobo pleaded with Fatma to let her take her home. "It's unbecoming for a child from a respected family to run away," she said.

So that morning Hobo boiled some lemon with which to wash Fatma's hair and then took her into the bathroom and scrubbed her down completely, applying coconut husk and soap so hard that, what with this and the hot water, Fatma felt painfully bruised! But Hobo only said, "You see, because I've not had a chance to clean you up myself your back's all greasy."

By the time Hobo had dressed Fatma, she saw that Ba Almas, the concierge, had arrived. "Now hurry up Fatma," he ordered. "Let's go. Your father's fuming and he's ordered me to take you home." Then he turned accusingly to Hobo. "You're truly a crazy woman," he said. "You've hidden someone else's daughter here. And the Master says he doesn't want ever to see your face again, since it's you who wants to spoil this child...."

But Hobo interrupted him. "Stop right there and shut up or I'll beat you with this pestle," she shouted. "You, a slave of Kizanda! Ungrateful creature! What good will ever come from you? You had to go to the Europeans to buy yourself out because you didn't want to stay a slave. Yet now you've gone back to slavery, back to your masters!" And then she added, "I'm not afraid of your master. I'll go back there whenever I choose. It's our ancestral home and that new arrival Binti Abdullah has no right to keep me away from my people. She'll leave that place before I do."

Though very angry, Ba Almas made no reply but simply took hold of Fatma and left. Fatma, it must be said, was always afraid of this man. He was tall, black as ebony, with big eyes that had a squint and shone like a torch. He also had a booming voice so that when he scolded Fatma she would shake with fear as if confronted by a lion. Mr Masoud had employed him as a concierge precisely because, with the exception of Hobo, he knew everybody in the household feared him.

Arriving home, Ba Almas led Fatma to her father, loudly stamping the floor to announce his presence and prove his mission had been accomplished. Mr Masoud said nothing but simply pulled out a cane with which he thrashed Fatma so hard that she thought she was going to faint. She was all the time pleading, "Forgive me, father, forgive me…I'm sorry…I won't do it again."

No one came forward to intercede, though Binti Abdullah was watching nearby while folding *kangas* into a chest. When Mr Masoud grew tired of his efforts, he told Fatma, "You must realise once and for all that it's wrong to do what you did."

Whereupon Fatma dragged herself to her room, slumped down on her bed and cried herself to sleep. When she woke, she knew she would never dare repeat a mistake of this kind. It was the first time she had been caned by her father and the first time she had seen him in a very different light.

She now resigned herself to her new life without expecting change or improvement. Her main aim was to ensure that she was never again caned by her father.

CHAPTER FOUR

Friday: To Burudika

This long torrent of reflection, of remembered happiness and pain, had poured through Fatma's mind all through that Thursday night. She lay tossing and turning and recalling what life was like before this sudden change. But, like it or not, she had to wake early next day and prepare for her trip to Burudika. Hence, after lunch on Friday five vehicles were organised for transport - three cars and two trucks for the workers. The trucks were so loaded with mattresses and cartons that they kept falling off, forcing the vehicles to stop every few minutes.

At Burudika, the resident servants gathered to welcome home the family. The clove harvest had started and the pickers were ready. Nightfall saw large lamps and lanterns in use so that the whole place was as well lit up as the town. As a swift snack for everybody, cassava was boiled for supper together with meat prepared earlier and brought from town.

The Burudika house being smaller than the town house, Khadija had to share a room with Fatma, which pleased them both. But they slept late and fitfully that first night, hearing hooting owls and bush babies howling in the pawpaw tree beyond their window. They had hardly slept at all, it seemed, when they woke to the prayer call of the muezzin, a new clerk with a shrill voice as sharp as a needle. Unable to continue sleeping, they had to get up and pray, and soon the entire compound was filled with workers and neighbours all gathered for prayer.

The Imam that day was this new clerk, Uncle Ismail, not Mr Masoud who routinely led the prayers when residing at Burudika. Afterwards, when the people had dispersed, Khadija and Fatma went out into the compound to pick their favourite *shomari* mangoes and found there another child of about their age also looking for fruit. She ran to them at once, saying excitedly, "You can't imagine how much I've been looking forward to meeting you both, right from the day I heard you were here. My name's Raya Ismail, daughter of your new clerk."

She seemed such a charming girl, and so eager to please, that they abandoned the mango mission and began chatting and laughing with her like long lost friends. Eventually she said, "God willing, whenever I get a chance I'll call on you again."

That afternoon Binti Abdullah and her children were in the garden, Binti Abdullah herself sitting on a steel bench plaiting straw. Fatma and Khadija meanwhile were watering the garden which was withering from long neglect. Salim was sitting by his mother merely sucking his fingers, while his brother Ahmed at this time had already been away for a month studying in India. Suddenly two people were heard noisily arguing near the garden gate.

Mzee Hassan was shouting, "Go away! What do you want here? Who's invited you?" Curious to know, Binti Abdullah asked "Who is it who wants to come in, Hassan?"

"It's this girl, madam," he replied, "the daughter of your new clerk, Ismail. She claims she's coming to sell jasmine."

"Jasmine?" continued Binti Abdullah. "Well I want some. There's none here, the garden's in such a mess. So let her in." And immediately Raya came running in, clutching to her breast a little box of jasmine. But when the girl bent to kiss Binti Abdullah's hand, she quickly withdrew it, rudely indicating that she did not want to be touched. She then began plying the poor girl with questions that quite disheartened her. Binti Abdullah did indeed buy all the jasmine, but only after hard bargaining had reduced the price by half. Thereafter, Raya was free to talk to her new friends and get to know them better.

Next day Binti Abdullah summoned Fatma and told her to give Raya some of her dresses, saying, "You two are about the same size and anything from Khadija would be too long." But when Fatma brought out two dresses Binti Abdullah cried, "Lord, you're a mean girl! Only two? And why did you fetch this old one? Go and bring something better, especially perhaps that red one with little flowers. That will suit Raya and her beautiful face - her complexion's auburn not yellowish."

Fatma felt as if she had been struck a blow in the back. She turned, asking, "You mean my new dress which I said was my favourite?"

"Exactly!" retorted Binti Abdullah. Why would you want to give her a dress you don't like?"

During the months following this episode, Binti Abdullah grew to like Raya and allowed her to visit the house to play. She said to her husband one evening, "This Raya's a beautiful girl and I hope that when she grows up Salim will marry her."

When Mr Masoud merely replied, "But Madam, Salim is not well," his wife ignored his comment, instead boastfully observing, "Raya would be very lucky – she, a mere clerk's daughter, marrying my Salim from a well-known family." To which remark, however, Mr Masoud made no reply.

Raya was living with her mother, her father, and a sister, Moza, who was about fourteen years old. But at her age there was a period of *kutawa*, as tradition dictated. She was unable even to go to the well for water or to the bush for firewood. At one time her uncle's son had wanted to marry her, but her father disapproved. He disliked the idea of marrying off his daughter to a young man who only assisted his father in a small shop selling foodstuff along the street. It was true that they were related and from the same tribe, and that nine years ago they had migrated together from Arabia, but Ismail wanted his daughter to marry another man who was rich, had offered a large dowry and was already well established in life. Furthermore he had three wives, a number of children and a plantation adjacent to Burudika.

Raya's mother had come to invite Binti Abdullah and the children to the wedding, but Binti Abdullah dismissed the idea, merely remarking, "She's come to show respect, but she knows very well I'm not the kind of person to attend the weddings of her class of people." On hearing this, Khadija was anxious and asked. "What is it, mother? Does this mean you aren't going to allow us to go there? We'd simply love to attend!"

Binti Abdullah finally relented, saying, "Since you're not yet through puberty nor in seclusion you may go if you want. I'll instruct Salima and her husband to chaperone you."

So Fatma and Khadija attended the wedding in a spirit of great excitement. They arrived just when the bride was being escorted to her ceremonial washing, accompanied by the famous song "*Madam, go into the bathroom and wash with perfume, uvumba na udi...*" And they joined in with everyone singing, clapping and ululating. The bride was bathed by her aides and also by her *somo*, a neighbour who had kindly welcomed them on their arrival from Arabia and who was now like a blood relation.

As custom dictated, the bride emerged from her bath on her instructor's back, fully covered and hidden by a *kitambi*, beautifully decorated with embroidery done in fine gold thread. At one point the instructor tripped and almost fell, but those around helped her to recover and, sweating profusely as she danced with the bride strapped to her back, she managed to follow the rhythm of the song and the beat of the drum. The gathering meanwhile showered the instructor with money, slipping it between her lips.

Soon afterwards, Fatma and Khadija were called in to meet the bride, who was sitting in the middle of a bed, her head bent forward and covered with the *kitambi*. No one was allowed to see her face, only her hands and feet were uncovered, and these were artistically decorated with kohl and highly concentrated henna. Both she and the entire room exuded the fragrance of aloe wood and jasmine.

There was much jubilation in the compound soon after the local song was heard announcing the arrival of the bridegroom: "Dear mother of the bride, come *nikaule nikaule*, the visitor has arrived…."

Fatma and Khadija squeezed themselves into a corner as the groom entered but were surprised to see that he looked even older than Mr Masoud! His beard was all white and he was blind in one eye. His face was blankly expressionless, not showing whether he was happy or sad, while those around him, who were only women, were noisy with jubilation.

Raya whispered to her friends, "Poor sister! I feel

sorry for her marrying a husband like this one." It was indeed a sad day for poor Moza because the man died of a heart attack within a year, leaving eight children, four wives and many debts.

His entire estate had to be sold, while Moza returned home to her father a pauper, as she was before - in addition to being eight months pregnant.

A year later Fatma and Khadija paid her a visit. Her face was certainly brighter now than on her wedding day when, it emerged, she was weeping under that *kitambi* which covered her from head to toe. Raya had informed them that Moza had never loved her husband but was quite happy now and expecting to marry a young relative. Sadly, even this was not to be for the young man married someone else in response to an earlier rejection.

The family stayed at Burudika for three months and then after the harvest returned to town. For Fatma it was a great comfort and joy to find there that her Hobo had returned to live with them. Mr Masoud welcomed her back, ignoring all that had happened, since his anger had dissipated. As for Hobo, she knew she could not live without the people she had grown to love and especially her 'granddaughter' Fatma. Whether they liked it or not, she had to return home - what they thought about it was unimportant. Fatma's life now improved markedly.

It even eventually dawned on Binti Abdullah that, whatever her private feelings, she must learn to be careful and show Hobo respect. She realized that in order to be happy with her husband she had to accept the fact that this old lady commanded respect in the household. Therefore, Binti Abdullah, Hobo and the children all settled down without further hatred or quarrels. Life was peaceful for everyone.

CHAPTER FIVE
Binti Abdullah's Proposals

When Binti Abdullah one day saw that her friend Bibi wa Kajificheni's husband had bought a car, she repeatedly urged Mr Masoud to buy one too. But he demurred. "I've managed to live all this time without a car," he insisted, "and have suffered no hardships. Our town's small enough for us to walk anywhere we want through its alleys and paths without using roads that need a car. It wouldn't get us around any quicker."

But Binti Abdullah was not to be deterred. Back came her response: "It's true, Mr Masoud, as you say, that we should not need a car here in our small town. But we could use it for going to the plantations with all our children. Anyway, surely it's time you bought a car so as not to be the odd man out among your colleagues."

Mr Masoud replied rather haughtily, "I certainly won't buy a car to compete with others. Anyway, all the taxis at Darajani are, in a way, mine. I can summon them any time I want, choose my own driver and vehicle, and all this for no more than the fare." But then, relenting, he added, "But if you, my wife, feel that we should own a car, I'll buy one just to please you."

Hence Mr Masoud bought his first ever car and the household celebrated it as a joyful occasion. Khadija and

Fatma were elated because quite often on hot afternoons they were driven to the plantations and elsewhere. They could enjoy the lovely scenery around their *Unguja*, including places they had never before visited, and especially areas along the sea front. The light onshore breezes and the waves lapping gently on the sand made for a wonderful experience. They would leave the car as soon as they arrived and chase one another on the beach where the sand was a clean brilliant white and fine as flour.

The sea in all its majesty extended to the horizon where it merged into a blue that is peculiar only to the sky. This was cherished scenery never to be forgotten by the children. Often too they would find polished cowry shells and conches of different colours and shapes, treasures to take back home for decorating their rooms.

One day Khadija took Fatma to meet her aunt, her mother's paternal half sister. Her real name was Asma but she was popularly known as "Bibi wa Kiponda" because she had long lived on the street of that name. For people to be identified by their street, plantation, or town, rather than by their real names, was a common practice at this time.

They went to Kiponda to watch the *jauseni* procession that annually passed the house during the month of Muharram, which commemorated the killing of Prophet

Muhammad's grandson, Hussein. A special group of Muslims marked this sorrowful event and the dramatic programme's highlight was the street procession in which the participants walked lamenting Hussein's death and beating their chests.

On that night Bibi wa Kiponda's house was packed with guests cramming its wide windows to watch the *jauseni* procession slowly winding its way along. This was one of the few big occasions that drew crowds every year and Fatma was happy to witness it for the first time. She also had the pleasure of meeting Bibi wa Kiponda's daughter Zuwena, who was soon to be married.

Zuwena had already been engaged for four years, her dowry being paid when she was only eleven. Her fiancé was the son of a rich man from Pemba, Zanzibar's sister island, a man known as the Master of Bwagamoyo, after the famous plantation where he lived. The respective parents had conferred and agreed that the wedding should be held in two months' time, during the month in which Prophet Muhammad (PBUH) was born. Hence Binti Abdullah, her half sister Bibi wa Kiponda, and some friends met to plan the ceremony.

It should last, they decided, seven days. Day one was for the grinding of coffee beans. Day two was for the *singo*, when the bride would be massaged with perfumes and aromatic substances like sandalwood powder. During day three she would be adorned with henna and on day four meet the groom for the first time. On the fifth day she would be shown to the people and on the sixth there would be *subhiyya*, a lunch to welcome the bridegroom's family. On the seventh and last day the bride would be escorted to her husband's house.

There were plans for different bridal clothes to be worn for each occasion. A green dress had been specially chosen for *akdi*, the betrothal night, when the bride would meet her husband, and a white dress for the day she would be introduced to the guests. They also had to decide which local songs and dances would be performed and on which day. There was, for instance, *maulidi ya homu* to be considered, *lelemama, bomu, unyago, kunguwiya, taarab* and the like. Finally participants must be told what *sares* to buy for each day and each occasion.

Because Binti Abdullah was the bride's *somo*, she accepted responsibility for delivering a big box packed with everything necessary for the bride. It included perfumes, aloe wood, sandalwood oil and much else essential for inner cleanliness and hygiene. She arranged before the wedding day to spray and perfume with incense the bride's entire sleeping attire, *kanga,* and bed sheets. She had also volunteered to assist her half sister in preparing well in advance all the finger food normally sampled before coffee, such as *bakalawi, vileja,* almond *kashata, visheti* and the like. Binti Abdullah was also compelled to ask Hobo to supervise the cooks because she was an expert at that type of cuisine, having observed since a young girl how it was prepared.

But Bibi wa Kiponda's husband had complained about how much money he was having to lavish on the wedding and, in the middle of the preparations, he quarrelled with his wife and left. Thereafter Bibi wa Kiponda had no alternative but to pawn the house she had inherited from her mother in order to complete preparations largely organised by her half sister, Binti Abdullah.

In the end, however, the wedding was a success, the kind everyone loved. Many guests were invited from both Pemba and Unguja and it gave Fatma a chance in a relative's home to mingle with others and enjoy activities she had not witnessed before. It was a happy occasion in her young life and one that she would never forget.

After the wedding, however, Binti Abdullah informed her half sister that her husband, Bwana wa Kiponda, had gone off and secretly married another woman, and thus advised her to seek a divorce. But Bibi wa Kiponda was not to be persuaded, saying, "I'm already old and worn out and my children are all grown up. Should I go back to my parents? Having already lost my house, should I now also break up my children's home? Whatever happened, it was my fault because I entertained grand ambitions that my husband could not afford to finance.

Exasperated, Binti Abdullah burst out, "You've no

self-respect and I'm ashamed that you're my sister. I don't know where you inherited these attitudes from. They must be from your mother's side." Thereafter the two sisters parted company. Bwana wa Kiponda, however, went back to his wife and was reconciled with her, though he drew up a roster allowing him to spend three nights at Kiponda and three nights with his new wife at Malindi.

CHAPTER SIX
Adolescence

Time passed and Fatma and Khadija grew into young women. Khadija was now fifteen and Fatma nearly fourteen, each in her own way very beautiful. Khadija had inherited her mother's complexion and woolly hair but an Arab nose and lips resembling those of her dead father. As for Fatma, she had a fair complexion, with light brown eyes and hair - hence she was much like her grandmother who was a concubine of Georgian extraction. The girls certainly possessed their individual kind of beauty, like so many of the island's inhabitants. As a result of racial mixing, everyone had their own complexion, hair and facial features, even though they might be siblings.

For some time now these two young ladies had become accustomed to covering head and chest and donning the *bui bui* whenever they went out. Such occasions were rare, however, since they were generally sequestered at home, meeting no men who might be eligible husbands. Should a male visitor call, they would always run and hide to avoid meeting him. And because their schooling was stopped, at Binti Abdullah's instigation, they generally had very little to do. Their main pastime was to peep through doors and spy on visitors whom they would mimic and mock.

One day an adult male came visiting. He was whispering as he talked to Mr Masoud and Binti Abdullah but, though they tried hard to listen, the young ladies could hear nothing. Dissatisfied, Khadija was trying all manner of ways to eavesdrop on the conversation when suddenly the door was pushed open, creating embarrassment and shame that would never be forgotten. So shocked was the visitor that he immediately turned and left. As for the girls, they were severely reprimanded and came near to a caning. Binti Abdullah was especially angry, telling them, "You young women of today! You're utterly shameless. You've even got shameless faces as dry and barren as burning coconut shells. In my time when we became grown-ups and heard a male guest arriving (sometimes even a lady guest), we rushed to hide ourselves under a bed. Even in the hot season we'd do so and utter not a word. We were shy and avoided shaming our parents."

"And," she continued, "I don't think that distinguished gentleman will want to marry you now, Khadija, after what he's seen today. You've missed your chance and all because you like imitating what this Fatma does. She's a mischievous creature, pretending to be humble and quiet, yet all the time a big hypocrite. May Allah save us from further embarrassment." Listening to this censure, Fatma thought, "It really hurts when she calls me mischievous - I hate that description." However, she remained silent and simply bowed her head.

Within the household, Fatma began to feel increasingly sad and lonely when she realised that her dear Hobo was growing older and weaker. This wonderful companion had lost much of her ebullience and nowadays could only complain – in particular about the arthritis gnawing painfully at her legs.

Then early one morning when Hobo went to wash for prayers, the wooden sandals she wore caused her to slip on the floor. She fell hard, alas, hitting her head on the marbled floor. She never regained consciousness and because she appeared to have suffered a stroke an Arab specialist in stroke treatment was brought in. Poor Fatma was heartbroken, nursing Hobo with loving care and endlessly praying for her recovery deep into the watches of the night. But Hobo died four days later. Her funeral was attended by many of Mr Masoud's friends and she was taken to Burudika for burial in the family plot. Her grave was next to her "daughter", Bi Asha.

Fatma's grief was profound and intense, for she had lost someone she treasured. Indeed the old lady was closer to her than anyone in the world, someone who had captured her heart and delighted her eyes every day of her life. After such a loss, she felt like a bird with clipped wings unsure how to carry on. However, given her religious faith, she eventually accepted her bereavement with patience, sought consolation in alms-giving whenever she had the money, and begged Allah to welcome Hobo into Paradise.

CHAPTER SEVEN
Thirst for Knowledge

Fatma had long been keen on stories about her relatives, both living and dead. In particular, she often heard how learned they were, which impressed her powerfully. While it is true there were no schools or colleges in those days, boys could get educated at the mosques and become scholars of some repute. Fatma's grandfather, for example, died when he was only thirty-six, yet had already written several books on religious education.

Her father, Mr Masoud, was drawn to learning when very young indeed because his mother, Bi Zeyana, was constantly reading to him in Arabic tales from "Alfu Layla-u-Layla", *A Thousand and One Nights*. Once, when his mother was ill and unable to read to him, he decided he should be able to read these stories himself. And as a result he eventually developed a flair for languages that enabled him to travel widely throughout Arabia and write an acclaimed book in Arabic, whose style was such that those able to match it could be counted on the fingers of one hand! He also became a renowned religious poet.

Fatma was also proud to learn that even her father's grandmother had long ago been an expert teacher of religious doctrine when still in Arabia. So she grew up thirsting for education and with a passionate desire to read widely. But how could she get a full education now that she was an adolescent and could no longer even attend school? Some of her friends, it is true, had been sent abroad to study, but Fatma was sure that, given her father's views, no such opportunity would arise because she was a girl. Though in some ways enlightened and progressive, Mr Masoud seemed not to believe a girl could travel alone overseas for an education. For Fatma, therefore, a real education was just a dream, a bright star shining before her eyes, yet so distant she could never reach it.

Whenever she gazed at the big Arabic volumes on her father's bookshelves or watched him reading them, she was lost in admiration, while saying in her heart, "If only I too were well educated like father and some of my ancestors! But I can't even speak Arabic let alone read it! So how could I possibly understand what's written in those books? My friends from other tribes are lucky. They can at least speak their vernaculars."

Fatma could in fact read Arabic, but only in the manner common to everyone in Zanzibar, for virtually every Muslim, no matter what their tribe, was obliged to learn the Arabic of the Qur'an, even if this meant ignorantly parroting it, and there were Qur'anic madrasas everywhere, even on the plantations.

It was unfortunate that Fatma could not speak Arabic, though her parents could. This was because she was among children born when life for their parents was easy and comfortable in their new island environment. Day and night children were cared for by nannies and servants and the dominant vernacular was Kiswahili. Though basically an African language, at least sixty percent of its vocabulary was Arabic. It had become the main tongue for Muslims who had lived in Zanzibar for centuries, and long before the Sultan moved there more than two hundred years ago. As the settlers gradually got used to this new language, it seemed neither necessary nor important to communicate with their children in Arabic.

But Fatma realised that without mastering Arabic, or any other language in which scholarly books were written, she would get nowhere. Yet she could do nothing but live the life of a secluded adolescent like the rest. Indeed her dream of pursuing further studies in order to graduate and become a writer like her parents made her a laughing stock and an oddity among her friends. She hid her ambitions from her father and even from Khadija. And so the long years of seclusion dragged on – or so it seemed at the time. She and her peers were often idle, without hobbies to pass away the time or exercise their brains. They could neither walk about nor visit friends who were also living in seclusion. Instead they whiled away the time merely wishing for change in their routinely boring lives. They dreamt and planned for a better life, before realising that marriage was the only solution.

"But I don't want to marry," Fatma told Khadija.

"Well I'd like to marry today and not even wait until tomorrow," Khadija firmly retorted, before adding, "Just think. Once married, we'd be able to attend functions, go to weddings, dress up, decorate ourselves, wear perfume. Now it's as if we're in prison. We meet nobody except the old ladies who come visiting mother. We get no news to cheer us…only complaints against this or that person… fault-finding with everyone. Oh, I'm tired of this life!"

While Fatma saw sense in Khadija's remarks, she thought, "I still don't know a single boy I could talk to. I'm just too shy. How then could I live with someone I neither know nor have ever set eyes on? I just can't imagine it!"

In fact Khadija received three proposals, but her mother rejected them all, cooking up various objections, and Khadija only heard about them afterwards. There were also proposals for Fatma, but Binti Abdullah rejected them too, making the excuse that "Fatma already has a fiancé who's studying in India," meaning of course her son Ahmed! Hearing of this, Fatma hated even more the idea of getting married. Better to shrivel and live as a spinster, she felt, rather than marry someone she intensely disliked.

Fortunately, Mr Masoud, becoming aware of all this, one day said to his wife, "Instead of these girls sitting idle all day, it would be better to find someone to teach them English. I'll get an Indian who used to be my tutor. He's a well-behaved and respectable young man whom I can trust." Peace prevailed on this occasion because Binti Abdullah, uncharacteristically, raised no serious objections. And so the instructor was recruited.

Fatma was delighted with this chance to study. Even if she lacked Arabic, now at least she could learn English, the language of the nation that assisted Zanzibar. And crucially, she would be able to extend her education and read books written in that language. She prepared herself, therefore, with enthusiasm and great expectations.

The instructor turned out to be a young man named Abdulrasul, about twenty-five years of age. Salim's room upstairs, near his mother's, was set aside as a classroom so that Binti Abdullah could regularly monitor what was happening. And soon Fatma was pleased to see how quickly she was learning under this proficient instructor. But Khadija seemed unenthusiastic. She paid no attention in class but was merely wide-eyed at her teacher's physique and skills! Though this surprised Fatma, she made no comment.

A month later Khadija could hide her feelings no longer, blurting out to Fatma, "I've never seen a more handsome man than Abdulrasul. I like him and I can't control my feelings."

"But really," Fatma replied, "how many men have you ever met and got to know? For my part I can only see Abdulrasul as an efficient and courteous teacher. I haven't thought of him as handsome." Khadija, however, continued praising him, so much so that an argument arose that sent each of them away sulking.

Not long afterwards, and before Fatma or anyone else knew what had happened, Khadija and Abdulrasul disappeared! They had eloped but no one knew where.

It was a devastating blow to Binti Abdullah, who went almost insane. But there was nothing she could do. And since the whole affair was an acute embarrassment, it had to be kept secret. She made no attempt to look for Khadija and wanted to hear nothing about the affair. Content to believe that her daughter was dead, she privately kept blaming her husband whenever they were together, quite destroying any harmony between them.

CHAPTER EIGHT
Moving to Burudika

The market price for cloves and coconuts fell so drastically one year that Mr Masoud had to close up his town house and move to Burudika to economise. Fortunately, while there, Binti Abdullah mellowed a little. She reduced her perpetual nagging and felt able to interact a little with Fatma. She also allowed Raya a daily visit to play with her friends, during which time she taught them all to plait straw and make straw covers and mats. Raya meanwhile was growing into a beautifully attractive young woman, one indeed to feast the eyes on.

Hence it happened that one day Binti Abdullah said to her husband, "You'd better propose Raya for Salim before Ismail marries her off to someone else. It will be a big loss if my son misses that beauty. He needs a wife now to look after him and I'm getting old and infirm." Mr Masoud for his part did not hesitate to fulfil this request. Indeed, he decided to take matters firmly into his own hands by offering himself to Raya instead! Ismail immediately agreed to this attractive proposal and brought in a sheikh. Mr Masoud then took a substantial dowry from his pocket and was married to Raya without delay.

When he got back home and informed Binti Abdullah, she was furious. She cried. She wept. She sobbed uncontrollably. She there and then asked for a divorce, and demanded that the process be completed that same day. And after a prolonged argument Mr Masoud had no alternative but to agree. Thus, early next morning Binti Abdullah left the house accompanied by her maids and returned to her parents in town.

Feeling there was no time to lose, Mr Masoud quickly collected his bride and brought her home. Nor was there a ceremony of any kind. Fatma of course welcomed Raya rapturously, delighted to have now a constant companion whom she dearly loved, though sorry about her marrying an old man. It must be said, however, that Mr Masoud was adept at hiding his age from Raya. He was always jolly, always trying to please, always showering her with gifts, and thus wiping away potential tears and making her forget she was married to a man of advanced years. Raya in turn part forgot her own youth and soon saw herself as very much the chatelaine of the household.

She certainly lived a life of comfort and splendour she had never known before. She had no time to think, regret or brood. And of course she was overjoyed always to have Fatma around, a treasured friend who made her feel she was neither oppressed nor lonely. On the contrary, they were always happy together, chatting, laughing and sharing household chores.

Malaria at that time had become endemic in Zanzibar, especially among those living on the plantations, and this was a cause for serious concern. Mr Masoud, however, spared no effort to take care of his family and workers, ensuring that they all had enough food, medicine and mosquito nets. And fortunately, because of its higher altitude, Burudika was a healthier place than town and so they lived there with very few problems.

At Burudika Mr Masoud opened for his people and neighbours a madrasa, where he taught them religion for three hours each morning, seeing it as a duty to broaden knowledge among fellow Muslims and thus expand their acquaintance with Islam. Nor did he abandon the practice of *maulidi* every Thursday, gathering together his students to participate. Growing to respect him deeply, the people began to call him the Sheikh of Burudika and this title was accepted even by those who lived on distant plantations but attended religious instruction at his home.

Many years passed without Fatma accepting any of the men who proposed to her. Then one day Mr Masoud received a letter from Oman, from his half brother on his father's side, a Mr Ali. The letter informed Mr Masoud that Ali's son, Said, would be visiting the islands, intent on getting to know his relatives there.

When Ali's mother was divorced by Mr Masoud's father, she had married a cousin, it being customary in that clan, especially for girls, to marry only clan members.

This restriction applied to a lesser degree to men so that, for example, a grandfather named Muhammad married the daughter of *Mwinyi Mkuu* and produced offspring with her.

Now it happened that because of Zanzibar's damp climate, Mr Ali's mother developed painful arthritis and as a form of treatment the husband was advised to take her somewhere with a dry climate. The couple with their baby Ali therefore migrated to Oman. When grown up, Ali was then blessed with five children, the eldest being Said.

Mr Masoud received Said warmly on his arrival, accommodating him in one of his small guest houses and soon developing a close rapport with him.

Here was a young man of twenty-nine, intelligent, capable and well read in Arabic, and he soon became Mr Masoud's right hand man, assisting in the management of the plantations. He in turn grew to like his uncle and loved the life at Burudika; and though Mr Masoud had no son, he eventually felt he had found one, he loved Said that much. Consequently, whenever Said suggested that he wanted to go back home to Oman, his uncle would urge him to think again!

One day Mr Masoud went to town and left Said to oversee the household in his absence. In the afternoon Fatma and Raya, as they often did, went outside for fresh air and sat in the shade of a large and leafy mango tree. Occasionally they would play on a nearby swing, taking it in turns to push each other. Unfortunately on this day, since Fatma was not sitting securely, when Raya pushed her she fell off! Because she felt a searing pain when trying to get up, Raya dashed into the house for help and the first person she met was Said who, on hearing the news, rushed outside.

Though this was the first time Fatma and Said had met, there was no time for formalities. He didn't hesitate but simply lifted her like a child, carried her indoors and gently laid her down in the sitting room. Then, carefully examining her leg and foot to satisfy himself that nothing was fractured, he prepared a dressing of flour and the white of an egg - all this without so much as even an exchange of pleasantries, though by this time he could speak at least a little Kiswahili. Raya thanked him profusely before helping Fatma to her bedroom.

Fatma did not sleep well that night. Should she laugh or cry about the embarrassment she had felt? She was sure, anyway, that something momentous had occurred. Under normal circumstances, because an adolescent, she was barred from meeting any young men. Furthermore, no man had ever touched her! Yet today a young man had lifted her bodily! "I'll never be able to forget today's embarrassment," she told herself.

Though Said and Fatma lived in the same house, and he was her uncle's son, they had never met in person. It might seem strange but Fatma had only heard stories about him from Raya because she, Mr Masoud and Said took supper together.

Though Fatma's injuries healed quickly, she could not erase her memories of what had happened. But now, instead of the shyness experienced that day, whenever alone she would privately recall the incident with a chuckle, all the time visualising Said's face and remembering every step he had taken. She would say to herself, "Ah, I've never seen a more handsome, kind and gallant young man than Said. What happened was clearly God's plan to bring this angel to me for the first time."

Thereafter Fatma took a rapt interest in any news about Said and would ask Raya about him every morning. She was elated whenever she caught sight of him even at a distance or through the shutters. Never before had she known such a strange yet magical joy in her heart. Now she would pass her time absorbed with thinking about him, until eventually it dawned on her that she was in love. This was a completely new experience, for she had never before entertained such feelings for any young man. However, she could discuss this with nobody, not even with her confidante Raya, thinking it shameful or even mad to love a man so carelessly and without reason. After all, Said was neither her husband nor her fiancé.... Yet, with each passing day, she realised that she loved him more and more and with an ardour difficult to contain. She could now only pray to Allah for a miracle.

Then one evening, two months later, Mr Masoud summoned Fatma to his bedroom. He said, "I've called you to say that Said is proposing marriage to you. What do you feel about that?" Fatma was dazed. The words had thrown her into a trance. It was as if she hadn't quite heard. "It's impossible! It's simply impossible! I can't believe it," she told herself. She was dumbstruck, unable to utter a word, as though her lips were sewn up with strong thread. But she was full of joy.

Her father now repeated both announcement and question: "Said wants to marry you. So, will you accept him? He's even agreed to migrate and live here for good, though of course he would occasionally have to visit Oman because he has a wife and baby there."

After her momentary upsurge of bliss, this last comment fell like a thunderbolt. Without thinking, she replied quickly and angrily, "No, father. I don't want to marry him." And with that she fled to her room, slumped down on her bed and sobbed her heart out. Whichever way she thought about it, she could not imagine sharing this man she loved with someone else. Better to lose him completely than only possess half of him! Also, she felt that because of her love for him she could marry nobody else. There and then she decided on a life of spinsterhood.

Said was deeply disappointed by her response for it emerged that from the first day he had seen her he had been attracted to her and had begun constantly to think about her. Yes, he had known his uncle had a daughter, but he had never imagined her to be so beautiful. Nor could he ever forget the day of her accident when he carried her into the house like a priceless diamond that shone with brilliance and radiated a beauty he had never seen before. He had thought long and hard about how best to propose and had decided firmly on settling in Unguja once he knew that his uncle would approve of his offer.

But Mr Masoud had long ago decided against his daughter marrying someone unacceptable to her. With this rejection, therefore, he had to find another bride for Said, who had, despite the setback, decided anyway to settle in Unguja. He chose a certain Warda and the proposal was accepted. She was one of the girls living in the household and brought up by Bi Zeyana. She was also Fatma's playmate and a blood relative, though Fatma was a little older.

Warda's grandmother was a sister of Fatma's maternal grandmother and both had been Georgian slaves. One became a concubine to Fatma's grandfather and gave birth to Bi Asha, while the other married an Ethiopian slave and produced Warda's mother. In turn Warda's mother later married an Indian neighbour who died when his wife gave birth to Warda. Thus, with her mixed blood, Warda grew to be a very lovely girl, slim with a beautiful brown complexion, long wavy hair, an elegant neck and a perfectly proportioned body.

Said finally married Warda, having no reason to contradict Mr Masoud, and so Warda moved to live at Burudika with him. Fatma of course, wise and well-mannered, welcomed Warda with the same affection she had shown when they were young. She understood that neither the girl nor Mr Masoud was at fault. She must simply ask Allah to make her tolerant and patient.

Even so, as the days and months passed, Fatma painfully nursed the wounds inflicted by her love for Said - though eventually she accepted her destiny without hate or jealousy towards anyone. In due course Warda conceived but, before she gave birth, Said left for Oman after news that his wife there was very sick. In his absence, Warda produced a baby girl whom Mr Masoud named Salma in honor of Warda's mother. Delighted that they now had a child to fuss over, Fatma, Raya and Warda joined hands and took turns to nurse her. Indeed, with Said away, Fatma could now visit Warda at any time – and there was no one to flee or hide from, for since the day of her accident Fatma had never again approached or come face to face with Said.

With Said gone, Mr Masoud brought in a trusted cousin, Salim, to help with clerical duties and accounts.

But sadly Mr Masoud's health had begun to deteriorate soon after marrying Raya and, a heart condition being diagnosed, his doctor advised him to slow down and take life more easily. However, one day when he and Ami

Salim were at a friend's son's wedding, he felt ill after eating *biriani*. Indeed he collapsed as he was leaving the event, and though a doctor was soon on the scene, he was found to be already dead.

As was the custom, the funeral was held at Burudika. It was a momentous occasion with friends in attendance from all walks of life and from every corner of the country, including students who were seriously upset at losing a teacher regarded as their father. Ami Salim, Mr Masoud's trustee, supervised the funeral arrangements, ensuring that all the necessary procedures were followed.

Fatma of course was heartbroken. Apart from Ami Salim, all the old people who were close to her, and whom she deeply loved, had now gone. Said sent a letter expressing his condolences and also explaining that he had not returned earlier because he had been caring for his wife in her prolonged sickness. Now that she had died he had to stay on to arrange matters for his child.

Poor Raya observed her *eda* for four months and ten days while living at Burudika. Thereafter, to simplify matters, when Ami Salim, whose wife had died long ago, decided to seek Raya's hand, she accepted him and thus did not return to her father.

CHAPTER NINE
Farewell to Yesterday

For several years Fatma and all around her, including the neighbours, lived on happily at Burudika, content in their small world and oblivious of what was happening beyond it. Meanwhile, the political temperature that had been steadily rising in town now truly manifested itself and disturbed many citizens, men and women, dividing them along lines of political ideology and commitment.

Warda's mother, Bi Salma, led a town group that brought people together without discrimination. She believed passionately in this aim and was eager to work for it alongside women of different races, tribes and walks of life.

One day Bi Salma visited Burudika to collect Warda and take her to a wedding in town. She had brought her daughter a *sare*—a *kanga* printed with a political emblem, a rooster – in which, along with her gold jewellery, Warda looked very beautiful. When Warda bade Fatma and Raya farewell, leaving her baby in their care, she was in high spirits, for this was her *ukumbi*, the first wedding she could attend since marrying Said.

Unfortunately, shocking news reached Burudika by radio next morning. The government of Zanzibar had been overthrown and the Sultan had fled. Disorder in town had already spread to some plantations. Terror gripped Fatma and her colleagues, unable to guess what might happen next, though later Mr Masoud's students and long-service plantation workers gathered to assuage their fears and assure them of their safety. And so they all stayed put day and night until the security situation improved.

But five days later Warda had still not returned. Anxiety rose again because nobody at Burudika knew what had happened or where to seek information. The horrifying truth was eventually revealed after a courageous worker slipped into town to investigate. It appeared that early in the morning as Warda, her mother, and a number of other women were strolling back from the wedding they had attended, a group of revolutionaries saw them and hacked them to death with knives and machetes.

The shock and grief were unimaginable.... But at this time stories of killings and bereavement were soon being told everywhere. The tragic death of Warda and her mother was by no means an isolated incident; such slaughter was happening daily. Nor had the bereaved time to mourn their loved ones. The saying "mchafu-koga', or take it in your stride, applied to everyone. That it was, then, a shared catastrophe was at least a small but very cold comfort. For believers, who could do virtually nothing alone, their main concern was to keep praying to God and await whatever fate held in store for them.

The whole country, it seemed, was transformed

overnight and many of Fatma's relatives were soon planning to leave, convinced there could be no future now in Zanzibar for them and their children. Everything was in turmoil. Many politically active men and women, and even those without political interests, were thrown into jail.

A few months later when this grim news had circled the globe, Ami Salim received a letter from Said's father urging him to arrange for his niece Fatma, together with Said's child, to travel to Oman. Fatma was not entirely happy with the prospect of such a journey and thus hesitated to agree. But then one day she saw revolutionaries arriving with baskets and ordering Ami Salim to hand over all the weapons in the house that had belonged to the family's forebears. They included sabres, daggers and different kinds of traditional swords, all treasured heirlooms. And when Ami Salim wanted to take them from their scabbards the revolutionaries violently seized both scabbards and weapons because almost every scabbard was made of pure silver and some even of gold. Fatma failed to understand fully what was happening, but was deeply hurt by the revolutionaries' roughness and discourtesy. They could not even show respect for memorabilia left by the dead, all of which were seized without justification. It was not enough apparently to take over all the plantations in the countryside and the houses in town.

Thus, if reluctantly, Fatma felt that she too must leave

a country now consumed with hatred and injustice never seen there before. To provide for the journey and life at her destination, therefore, she sold her gold jewellery for a pittance, some of it owned since infancy.

The day her journey began marked the first time in her life she had gone anywhere beyond Zanzibar. She had simply never travelled at all. There was a sad procession of cars to the airport. Men and women, friends, servants - even the old ones loved since she was a young girl - they all came to bid her farewell in scenes of great sorrow and lamentation. Weeping profusely, as she hugged those she was leaving while gazing deeply into their eyes, she felt with each of them that she would never see them again….

As the plane took off she realised that this was the first time she must face real solitude. She had no one with her now except little Salma on her lap. Sorrow and a sudden feeling of loneliness prompted her to warmly hug and kiss the little girl already sleeping. Then, when she risked a peep through the plane's window, she looked down on the lovely island she was slowly leaving behind - the green and fertile land that had begotten and nurtured not just her but her father, her mother and forebears down several generations. Every visible tree and bush, every lane, path and hill, every rocky outcrop and seashore, every plantation and marketplace – she gazed on them all with aching nostalgia and a thousand crowding memories.

"This scene I am looking at now," she told herself, "I'll never see again or, if I do, it will be completely different because from today my life will be utterly transformed." It all seemed unreal, as if she was watching a movie in which she herself was acting. She could not believe it. Nothing was what it seemed. Not even in sleep could she ever dream of anything like this.

The long years of her life now resembled a short sweet dream from which she was suddenly roused to face a completely unknown tomorrow. She had never imagined that life could take such a tragic and sudden turn. She began sobbing again at the thought of her past, the people she loved and was leaving, even the graves of the family's dead. She wept so copiously that the scene below grew blurred, and after wiping her eyes she was startled to see that the plane had entered a layer of cloud and Zanzibar had completely disappeared. She felt that she too was disappearing with the plane into a world and future she could not fathom.

"O Allah, protect me, wherever I go!" she prayed…. And then, astonishingly, within seconds, she heard Hobo's voice whispering in her ear, "*Wasitara hasumbuki wambili havai moja*…Those who protect their honour God does not allow to suffer… and those who are privileged will remain so." How often down the years had Fatma heard these sayings from Hobo! The words gave her strength. She heaved a sigh of relief and recalled even more of

Hobo's wisdom, such as *"Kheri hutoka ndani ya tumbo la shari, mjukuu wangu...*Good fortune is the child of adversity, my granddaughter."

"Who knows then?" Fatma consoled herself. "All this may be my good fortune and, heaven be praised, a chance to marry Said, the love of my life. He's perhaps waiting for me out there, the wonderful man I thought I'd never in this world be able to marry!"

And, as if being shaken from a deep slumber, she suddenly felt elated, distinctly light of heart. She felt prepared now to face the future with confidence and open a new chapter in her life.

THE END

IMEPITA JANA

KITANGULIZI

Baada ya wajukuu wangu mara nyingi wamenishikilia niandike hadithi ya maisha nilipokuwa Unguja, yaani Zanzibar, nashukuru Mola wangu kuniwezesha kwa umri wangu huu wa uzee kutimiliza ombi lao, japo ni miaka zaidi ya arubaini imekwishapita, tangu kuhama hapo Zanzibar wala sijaiona tena.

Hadithi hii ndogo si ya maisha yangu bali ni hadithi ya kijana mwanamke mwenye asili ya Kiomani, aliyezaliwa na kukulia Zanzibar. Yeye na pia wazee wake.

Ni kweli baadhi ya simulizi ni za kweli ninazozikumbuka mwenyewe au nilizozisikia kwa wazee, bali bila ya shaka si zote.

Japo sina ujuzi wa kuandika tarihi au hata hadithi lakini ni kweli hata haya machache ambayo wazee tunayokumbuka naona yanasitahiki yasizikwe kabisa na sisi wenyewe. Hasa ilivyokuwa dunia sasa inabadilika mbio-mbio na wazee wenzangu wengi waliyoshuhudia hayo wamekwisha tangulia.

Ni maisha adi ya kinyumbani na ya kienyeji ya watu wa kabila na aina mbali-mbali waliyokuwa wakiishi hapo katika kisiwa hiki kidogo cha Unguja, pwani ya Afrika Mashariki. Kisiwa ambacho tangu dahari kikijulikana na kuonekana ni kama lulu au kito adimu chenye uzuri wa peke yake. Kilichokuwa kiking'ara kwa nuru ya hadhara ya Uislamu na utamaduni wa watu wa kabila mbali-mbali waliyohamia hapo na wakaweza kuishi pamoja kwa salama na amani tangu wakati kiza cha ujinga kilitanda pembezoni.

Mwisho namshukuru sana Bibi Sharifa Dost kwa kuchukua taabu ya kuichapa hadithi hii. Pia nawashukuru watoto na wajukuu wangu walionishajiisha kuiandika.

Naila Barwani
2011

SEHEMU YA KWANZA

Imepita Jana

Usiku wa Alkhamis ile, Fatma alikuwa na majonzi na yu peke yake chumbani kwake. Alikuwa hana la kufanya akawa anachungulia vikurukiani. Taa ya chumbani amezima ili asionekane nje. Hachungulii chochote cha maalumu bali mara aliwaona mabwana watokao msikitini, wamekwisha sali sala ya Ishaa na sasa wanajumuika sebuleni nyumbani kwao. Ni kawaida ya kila Alkhamis, hawa marafiki wa Bwana Masoud na pia baadhi ya majirani zake wanakuja kwa ajili ya Maulidi, ambayo tangu kufahamu kwake Fatma, yanasomwa hapo kwao. Baba yake yaani ni Bwana Masoud, aliweka kawaida hiyo tangu alipozaliwa yeye Fatma. Ni nadhiri mojiwapo alizoweka, pindi Mungu akimruzuku mtoto.

Kwa kitambo kirefu Fatma alisakama hapo dirishani akisikiliza na kujaribu kufuatisha somo baada ya somo la Maulidi ya Barzanji.

Aliona raha kwa hayo kwa vile na yeye alikuwa akijifunza wakati huo chuoni kwa Mwalimu Habiba, baada ya kuhetimu msahafu. Yalisomwa Maulidi na watu mbali-mbali kwa sauti nzuri na madaha ya namna kwa namna, ya kupendeza na hata pengine ya kumchekesha Fatma, mwenye umri wa mika kumi na miwili sasa. Ulipowadia wakati wa wimbo wa kuzaliwa Mtume (S.A.W.) aliitikia na yeye pia. Akawaona hata baadhi ya wapitao njiani walisita kidogo katika nyendo zao waliposikia wimbo mzuri wa kusherehekea kuzaliwa. Wakaingia na wao pia kuitikia kwa sauti ya furaha na heshima.

Baadaye kilitoka nje chetezo na mrashi wa fedha kuwafukiza udi na kuwarashia marashi hao waliyo nje. Tena wakatonwa na haluudi mkononi kama desturi ya mara zote. Matokeo ni mtaani palifunikwa na harufu nzuri ya udi wa mawardi na kupotea harufu zote nyenginezo zilizokuwepo. Baadaye lilitoka dele la kahawa ya tangawizi na kukaribishwa kila apendae kutabaruku na Mtume Muhammad (S.A.W.) ambae ni Mtume wao wote. Ijapokuwa hawa ni watu wa kabila mbali-mbali yaani wenye asili ya Uwarabu, Uasia na Uafrika, bali kwa nguvu ya dini yao ni moja, daima walikuwa wakivutika na kuwa pamoja kwa kusikilizana na kupendana kwa hisiya ya udugu.

Maulidi yalipomalizika, Fatma alichoka kusimama, kwa hivyo alijitupa kitandani na huku akitamani sana haluwa ambayo akijua kwa wakati huo wa mwisho lazima wageni wanakaribishwa kwani akisikia vikombe vya kahawa vikigongana. Haluwa ni kitangulizi cha kahawa ya buni mfuto kama desturi ya asili siku zote.

Mradi Fatma alikuwa katika ndoto yake nzuri. Ameletewa kombe kubwa la haluwa ile nyeusi iliyopikwa kwa sukari guru anayoipenda, siyo ya zaafarani. Imepambwa kwa malozi makubwa-makubwa, imoto inang'ara. Upesi aliipokea na huku mate yanamtoka kwa hamu ya kuila. Kiasi ya kulituwa kombe juu ya meza anataka kuivamia mara alisikia kwa mbali anaitwa "Fatma! Fatma!" na huku akitikiswa. 'Ah maskini haluwa yangu sijawahi kuila.' Alizindukana katika ndoto yake bila ya kutaka!

Bwana Masoud alikuwa amesimama mbele yake "Eh! mbona usingizi wako umekuwa mzito sana?" alimwambia. Fatma aliinuka upesi kumwamkia baba yake na kumbusu kwa mikono miwili. Mchana kutwa leo hajamwona, alikwenda kukagua shamba lake la Burudika. Tena Bwana Masoud alimwambia, "Nimekuja kukwambia kwamba kesho baada ya chakula cha mchana tunahamia Burudika, kwa ajili ya mavuno ya karafuu, tutakaa huko kiasi ya miezi mitatu kama kawaida ya mavuno. Basi nataka ujitayarishe kwa safari ..."

"Lakini baba skuli yetu haijafungwa bado." Fatma alimkata maneno.

"Si muhimu, baada ya wiki itafungwa najua. Na nyumbani hapatobaki mtu ila Almas tu – mzee bawabu." Baba yake alimweleza.

Kama aliyepigwa kofi la uso Fatma aliwachwa amefazaika, hajui la kusema zaidi. Akabaki kusikia mdundo wa fimbo ya baba yake ukigonga juu ya ngazi ya msaji alipokuwa akipanda darini kwake. Akahisi kama unagonga pia moyo wake na kumwamsha zaidi na zaidi kuikabili hiyo kesho. Alichelewa sana kupata usingizi usiku ule. Kwa mara ya mwanzo katika umri wake wote aliyoishi alijiona hazifurahikii siku hizi za kuhamia Burudika. "Lakini kwa nini?" Alijiuliza.

Burudika lilikuwa ni shamba lao kubwa, mojawapo katika mashamba matano ya Bwana Masoud. Kwa Fatma lilikuwa ni shamba alipendalo kuliko yote. Mpaka ziyara yake ya mwisho, Burudika palikuwa ni mahala bora kabisa kuliko mahala popote apajuwapo. Namna gani alivyokuwa akizingojea kwa hamu na furaha siku kama hizi za kuiona Burudika! Na anapokuwepo huko? Akihisi kama ndege aliyefunguliwa tunduni! Anapokuwepo nyumbani kwao mjini haachiwi kutembea ovyo-ovyo nje isipokuwa kwenda chuoni, skuli au kwa jamaa inapobidi. Tena lazima kwa kila mahala apelekwe na mtumishi anayeaminiwa. Lakini anapokuwa Burudika anacheza nje pamoja na wenzake na pia na watoto wa Ba Nokowa au watoto wa vibarua wa karafuu, karibu mchana wote. Wanarukaruka uwanjani kwao na kukimbizana chini ya miti.

Wanacheza foliti, adi mfundo, gololi, kipande na hata mpira. Wakichoka wanachezea mabandia yao na kuwafanyia kanzu mpya za majani machanga ya mgomba. Usiku wanacheza ukuti, kidau cha mpambe, langwe, kinyuri, na michezo kama hayo ya kienyeji, ambayo mjini hawapati fursa na nafasi nzuri ya kuchezea.

Pengine hutoleana hadithi, jambo ambalo Fatma akilipenda sana na japo mara nyengine likimtia woga, inapotokelea kusimuliwa zile hadithi za mazimwi na majini. Kwani usiku huo baada ya kuzisikia hadithi hizo huwa tena anaogopa hata kwenda msalani peke yake. Akasawiri ataliona zimwi limeshika tama linamngojea, pale karibu ya hando la maji. Lakini zile nyenginezo huwemo wimbo ndani yake. Akaimba msimuliaji na wasikilizaji humwitikia. Hizo huwafurahisha sana Fatma na wenzake wala hawakuwa wakichoka kuzisikiliza hadithi hizo, japo wamezisikia mara chungu nzima. Hizo nyimbo huwa zaidi zimeshawaingia kichwani na wanazijua vizuri.

Kwa hivyo huziimba kwa furja kubwa. Kwa methali nyimbo ya 'Mnara wangu mnara', 'Kitundu Pepe nipeleke kwa mama na baba' na nyenginezo kama hizo, nyimbo za hadithi maarufu za kale za kienyeji.

Kuna masiku hucheza karata chanis lakini zaidi wakicheza wahid wa sittin. Tena husitawi sana na kelele za furaha huzidi wanapopelekana 'kapa', 'mrisi' au 'arusi'. Chano kinachowekwa kati-kati kuchezea karata hupigwa kwa nguvu na kwa furaha utasema sasa hivi kitapasuka.

Fatma akiipenda na akiionea raha zaidi Burudika, baada ya masika ya mvua. Bondeni hujaa maji na yakafanya ziwa kubwa, urefu kiasi ya maili moja na upana kiasi ya robo maili. Hata ikabidi watumie ngarawa wakitaka kuvuka ng'ambo ya pili. Fatma na wenzake, mara nyingi hupenda kukoga ziwani japo hawajui kuogelea. Pengine humwomba Ba Khamis ambaye ni katika wakulima wa shamba na ambaye akipenda kuwaridhi watoto, awatie ngarawani kuwatembeza ziwani. Fatma hufurahi kuona mabata ziwa waeleao na warukao huku na huko. Ngarawa huteleza pole pole juu ya ziwa la maji yaliyotulizana na kung'ara wakawa kama wanateleza juu ya kiyoo.

Hapo hawasikii lolote isipokuwa sauti ya upondo mmoja baada ya mmoja wa ngarawa unaokata maji, na pengine ukenza mmoja mmoja wa ndege wanaoruka ukingoni mwituni, ambao wenye rangi mbali-mbali za kupendeza. Mayungiyungi ya rangi nyeupe na zambarau ndiyo kipambo cha kupendeza kilichopamba kati kati ya ziwa. Watoto hutamani kuyachuma bali Ba Khamis huwakataza "Msiyaguse mayungiyungi kwani chini ya mayungiyungi hukaa shetani aitwae 'Mkonge' mwenye mwili wa chatu." Oh! Hapo wote huogopa na kutulizana. Wakadhibiti mikono yao kati ya mapaja yao, japo maji yalivyotulizana wanatamani alau wayachezee na kuhisi viganjani mwao. Lakini hubaki kunusa ile harufu ya tope la ziwa ambayo daima inayowakumbusha raha ya ziwani.

Burudika ilijaa miti ya matunda ambayo mama yake Fatma alijitahidi kupandisha. Mingi aliipanda kwa mikono yake mwenyewe

"Nimepanda kwa ajili ya watoto na wajukuu wangu waje kuchuma na asaa wanapokula matunda hayo watanikumbuka mzee wao na kunisomea 'Fatiha' Inshalla." Akipenda kusema hivyo.

Oh! Si furaha hiyo kwa Fatma, musimu wa kunazi! Matunda anayoyapenda mno. Maboko-maboko hujaa juu ya miti na pia chini akiokota kwa furaha. Maembe ya kizungu huzaa kocho kocho mpaka yakagusa vibaraza vya nyumba. Shokishoki 'nyama peke yake' hujaa juu ya miti ikapendeza miti kwa wekundu mzuri wa matunda yake. Kadhalika chiku, matufaha mekundu na meupe, kungu, zambarau, fuu, mastafeli ya namna mbali-mbali, mapera, maduriani, na mafenesi. Uzuri wa mambo ni daima huwepo musimu wa matunda maalumu ikawa mwaka mzima watoto hawakosi cha kukifurahikia. Fatma na wenzake huamka alfajiri kwenda kuokota matunda na pengine huchuma kwa ngoeko wakashindana nani aliyepata zaidi.

Ama michungwa, michenza, mindimu-tamu na mibalungi yalipandwa kwa safu na kwa wingi, hata yanapozaa Fatma na wenzake huwa hawana hata hamu ya kuyatamani kuyala. Lakini hupenda kuyachuma maua yake tu, yenye harufu kali na nzuri tena wakatunga makoja ya kuwavesha watoto wao wa bandia.

Bwana Masoud alipanda kwa mpango mzuri minanasi ambayo ni matunda ayapendayo sana. Yakasitawi na kupamba mahala hapo pote kwa uzuri wa umbo lake. Kuna mipapai na migomba ya ndizi za kila namna hujiotea wenyewe huku na huko bila ya kushughulikiwa. Kwa vile mama yake Fatma akipenda kupanda-panda miti aliwanunulia Fatma na wenzake majembe madogo-madogo kuwashajiisha kupanda-panda. Kwa hivyo walikuwa wakifurahi na wakawa kila mmoja analo konde lake dogo hupanda anachokipenda. Mara nyengine hata mimea ya maua. Wakawa wanafahamu ukulima na kuwa na hamu ya vipando vyao wanavyovipanda.

Hiyo ndiyo Burudika anayoipenda Fatma! Ardhi ambayo akifika tu humfungua moyo wake ukajaa furaha! Zaidi akifurahi siku za maembe mabichi. Hukaa na wenzake chini ya muembe na wakala maembe mabichi kwa chumvi na pilipili mpaka meno hayawezi kutafuna tena kwa ajili ya ugege. Lakini oh! Maembe yanapowiva! Nafsi ya hewa hunuka maembe. Usiku kucha huangushwa ovyo na makomba kwa furaha na kelele kwa kukipata cha kukila. Asubuhi hujaa chekwa chini zinadondwa na manyuki na nzi ambao viumbe hivyo huzidi kuzaliana musimu huo.

Fatma aliendelea kufikiri raha zake 'Ah! Na sasa maskini wee! siku namna hizi za mavuno ya karafuu! Ni siku za furaha kubwa kwangu nikizithamini na kuzingojea kwa hamu.' Aliwaza.

Burudika hujaa watu kike kwa kiume na pia watoto wao; wa kila upande wa kisiwani, kwa ajili ya kazi ya kibaruwa cha karafuu. Ikazidi harakati isiyokuwa na mfano, hasa jioni vibaruwa wanaporejea kutoka mikarafuuni. Fatma hupata fursa ya kupata mashoga wepya miongoni mwa watoto wa vibaruwa. Akajifunza hata kusema Kiswahili chao ambacho kinachohitalifiana na Kiswahili cha mjini.

Jogoo akiweka alfajiri humwamsha Fatma na wenzake wakajitayarisha hima-

hima kufuatana na akina mama-vibaruwa huko mikarafuuni. Kila mtoto ana bindo lake la kanga kukuu amefunga shingoni kukusanyia karafuu. Akina mama hupanda juu mitini na watoto huwepo chini wakiomba na kuwalilia kuwatupia vitawi vya karafuu vilivyojaa kocho-kocho, ili watie bindoni. Huendelea hivyo mpaka akina mama wawatolee ukali kurejea nyumbani. Wakirejea wanazichambuwa karafuu zao mbio-mbio na wakazipeleka kupimwa, kila mmoja kwa kiasi alichopata katika bindo lake. Ama Fatma hajapatapo kupata zaidi ya pishi moja ya karafuu. Lakini hufurahi sana anapolipwa pesa zake. Huzithamini pesa hizo kuliko pesa zozote nyengine anazopewa na wazee wake. Kwa hivyo mbio hukimbilia kuzificha pesa hizo chini ya godoro lake na akawa hapendi kuzitumia ovyo-ovyo.

Jioni Fatma anaporejea uwanjani huwakuta shoga zake wepya wamekwisha kujikusanya kucheza mchezo wao wa 'gonga'. Huweka michi miwili na wakasimama wawili wakiruka ruka kwa ustadi juu ya michi inayogongwa-gongwa na wawili wengineo waliyokaa pembe ya huku na huko. Pamoja na mshindo mzuri wa michi inayogongwa, wengineo hufuatisha kwa wimbo maalumu unaoendea mchezo huu, ukasitawi sana na wote waliyopo wakafurahika. Fatma akipenda sana kuangalia mchezo huu ambao hauoni ila siku za mavuno ya karafuu.

Usiku ukizidi na ghasia huzidi hapo uwanjani. Kila mmoja amekwisha kuoga na amekwisha kula. Hizi ni saa za kuchambua karafuu. Vibaruwa wote hukusanyika hapo na utaona karafuu zinadata mikononi kwa sauti hafifu bali mbio mbio utasema zinachambuliwa kwa mashine. Kwa kila kibaruwa juu ya jamvi lake ana mlima wa karafuu mbele yake aliochuma kwa kiasi ya nguvu na ustadi wake alionao, wameshughulika kuchambua, bali nyuso zao zimejaa furaha na bashasha ya kupendeza. Wanaongea kwa kelele na kucheka kwa sauti kubwa utasema masaa ya mchana.

Uwanja wote unang'ara kwa makarabai na vibatare juu ya kila mlima wa karafuu ni kama vito vidogo-vidogo vilivyozidisha kupamba. Nafsi ya mahala ni panahongera methali pana arusi na kukumtisha nyoyo za waliyopo. Ama harufu kali na safi ya karafuu ndiyo inayojaa hewani na ndiyo inayokumbusha kila dakika ya siku hizi za neema. Fatma aliendelea kuwaza na kukumbuka wazee walivyokuwa wakisema, 'Musimu wa mavuno ya karafuu ni musimu wa neema na kila mataraji mema kwa wananchi wote. Huu ni wakati kwa mwenye njaa hutaraji kushiba. Mwenye dhiki hutumai kufarijika. Mwenye deni hutumai kulipa. Asiyokuwa na deni anataraji kulipwa. Asiyeoa anafikiri kuoa na aliyeoa anafikiri kuongeza mke mwengine.'

Ni kweli nafsi ya mji wote unacheza kwa mazeka ya furaha nyoyoni mwa wananchi!

SEHEMU YA PILI

Kumbukumbu la Maisha ya Utotoni

Taa za njiani zilipenya vizuri chumbani na dunia yote ilikuwa kimya kwa ajili ya masaa mengi ya usiku. Kwa muda Fatma macho yake yalipiga boritini ambazo kwa sasa alikuwa akiziona wazi wazi. Zilifanya pambo la kupendeza kwa rangi yake nyeusi nyuma ya chokaa nyeupe. Zimechongwa kwa ustadi, miraba mine na kufanya mistari ya utulivu. Alihisi kama aliyeziona kwa mara ya mwanzo. Kwa dakika alisahau aliyokuwa akiyawaza bali alikumbuka 'Ole siku zangu zile za furaha! haziwezi kurejea tena! Hii ni mara ya mwanzo ninakwenda Burudika tangu alipokufa mama yangu mpenzi na ninakwenda bila ya hata Hobo wangu pia!' Aliangalia boriti na huku machozi yakimpukutika na kuurovya mto wake. Alifikiri 'Ni kweli mambo mengi yamebadilika na tena kwa muda mfupi tu.'. Hapo usingizi ulimruka kwa kuwaza yaliyopita na kukumbukia simulizi zote alizozipata za maisha yake.

118

Fatma alikuja duniani baada ya wazee wake kukaribia kukata tamaa ya kuzaa. Kwa miaka na miaka baba na mama yake wakitamani sana mtoto na manadhiri mengi waliweka. Mwishowe walinasihiwa wende Makka kuhiji ili na waombe watoto. Kwa bahati nzuri mama yake alichukua mimba kabla hajarejea safarini. Baba yake aliazimia akipata mtoto wa kiume atamwita Muhammed, ili kutabaruku na jina tukufu la Mtume (S.A.W). Lakini ilivyokuwa alizaliwa mwanamke aliitwa Fatma, jina la mtoto wa Mtume (S.A.W.) Bibi yake Fatma, yaani Bi Zeyana, alisikitika kidogo ilivyokuwa hakupata fursa ya kumwita kwa jina lake, kama vile mashoga zake wanavyowaita wajukuu wao wa awali kwa majina yao.

Mama yake Fatma alipata taabu sana katika uzazi. Muda wa siku tatu alianza uchungu na hakuzaliwa Fatma ila baada ya wakunga watatu mahodari wa Kikumbaro walipojumuika nyumbani na kumzalisha. Alizaliwa dhaifu sana na akiuguwa mara kwa mara. Wazee wakimuengaenga na kumhofia pasina kiasi mpaka alipochuchuka kidogo na maradhi ya utotoni kupungua. Walimu wa kuzunguwa na kuandika mafusho na mahirizi walikuwa hawatoki nyumbani.

Kwa vile Fatma aliuguwa sana, bi Zeyana alimuuza kwa shoga yake, Bi Jokha, kwa rupia moja. Alisikia hiyo ndiyo itakuwa dawa ya maradhi yote. Kwa hivyo akawa Fatma anapelekwa kwa bibi yake aliyemnunua kila Ijumaa ili amchape kidogo kwa kijiti mpaka alipofika umri wa miaka sita. Na kwa hayo jina lake la udogo akiitwa Bi Mtumwa. Ilivyokuwa Fatma ni mjukuu wa mwanzo na ambaye Bi Zeyana alimngojea miaka mingi kumpata, alikuwa ni kipenzi azizi kwake. Alimlea mwenyewe uchangani na hata mama yake mzazi hakuthubutu kumlea sana au kutia mdomo wake katika malezi.

Fatma alipofika mwaka mmoja alifanyiwa karamu kubwa na bibi yake. Akatowa masadaka mengi ya kupewa masikini. Tena akachinjisha ng'ombe na kufanywa pilau ya kulisha watu wengi msikiti maarufu wa Sharifu Musa.

Baada ya mavazi mazuri Bi Zeyana aliyokuwa akimnunulia mjukuu wake, kama vile matopi ya jiki, viatu, na hata viatu vya miti vya msalani ambavyo vilivyonakishiwa kwa nakshi za fedha. Alimfulia vyombo vingi vya dhahabu tangu angali mchanga. Hobo yaani yaya wake Fatma alimhadithia mwenyewe Fatma kwamba, "Siku moja ulipokuwa miezi sita nilitoka na wewe barazani nje kunywa kahawa. Kama desturi bibi yako alikuvesha madhahabu chungu nzima, yaani vikuku mikononi, njinjiro miguuni, hirizi zako za dhahabu shingoni, mwezi mkubwa wa dhahabu katika kilotiya chako, na hata kinyonyo chako kilikuwa na kishikiyo cha dhahabu. Muuza kahawa Awadhi alistaajabu na akasema, 'Eh! mtoto wa nani huyu wa kitajiri aliyojaa madhahabu?'

Nilihamaki naye na nikamwambia, "Sema Mashaallah usimtie mtoto jicho. Lakini wapi!! Jicho lake baya lilikupata. Usiku ule ule ulipata homa kali ya 'dege'. Ukawa unafaratuka kama kuku anapochinjwa.

Salama palikuwa jirani wa Kihindi, Bi Fatubai, ambaye alikuwa akijulikana hodari kwa utibabu wa maradhi mabaya hayo ya watoto. Tulimwita upesi na ukaalikwa ndani muda wa siku saba katika chumba cha kiza. Mtu wa mbali haingizwi, hufai kuonekana. Akatupa mafusho ya kukufukiza, mvuje kuveshwa na masizi ukapakwa usoni. Mradi madawa machafu ya kunuka, ili Shetani akimbie. Kwa sababu Shetani wa 'dege' ni mnadhifu na hapendi uchafu. Ati baba yako kataka kumleta dakitari wa Kizungu. Dakitari gani wa Kizungu aweze kutibu 'dege'! Salama nilisikilizwa miye na ukapona upesi-upesi. Lakini tena mapambo ya dhahabu ukapunguziwa kwa kuogopewa 'jicho'." Fatma akipenda kusikiliza hadithi za udogoni mwake kwa Hobo ambaye naye pia akiona raha kumhadithia.

Kufungua macho kwake Fatma, bibi yake ndiye aliyekuwa mwendesha nyumba na wao wote walikuwa chini ya amri yake, yaani hata baba na mama yake. Haikatwi shauri yoyote kubwa au ndogo bila ya kushauriwa yeye mwanzo. Bi Zeyana alikuwa mwenye tambo fupi na mwembamba wa kiwiliwili lakini ni mwenye haiba ya nguvu haiwezi kupuuzika. Bwana Masoud akimpenda na kumheshimu sana mama yake na akitetemekwa na watu wote wa hapo nyumbani. Lakini zaidi sana akipendwa.

Bi Zeyana alikuwa karimu lakini karimu zaidi wa moyo wake. Ana imani na huruma na mapenzi makubwa kwa jamaa zake. Ama watumishi wake ni kama watoto wake ambao walijaa ndani ya nyumba yake hiyo kubwa kila kipembe. Wakizaliana na kulelewa humo humo. Watumishi hao pamoja na wenyewe wenye nyumba hufika thamanini wakati wa chakula cha mchana. Ni kweli hapakuwa na kazi ya kutosha kutumika watumishi wote hao. Lakini Bi Zeyana aliwagawa kwa kiasi ya ustadi wao. Waliyo mahodari wa kusafisha wawe wapambe wa vyumbani na waliyo mahodari wa kupika akawapa kazi za mekoni. Kuna wengine kazi yao ilikuwa ni kufukiza ubani maguduliani na kufukiza nguo jioni. Kadhalika na wengineo hupewa kazi ndogo ndogo za kutumika au za kupeleka salamu majumbani. Pia wanaume waligawiwa kwa kazi mbali-mbali zinazohitaji nguvu. Kama vile kuchanja kuni kitaluni, kufua, kukunja nguo au kupiga pasi nguo za

Bwana Masoud, kwenda sokoni na mengineyo kama hayo. Karibu wote hawakuwa na mshahara maalumu, bali kwa wakati wowote na kwa kila chochote wanachohitajia Bi Zeyana anawatekelezea. Akiwaoza mwenyewe kwa kutowa hasara za arusi na akifa yeyote mtoa sanda na kutengeneza mazishi ni yeye. Bi Zeyana alichukua masuuli yote yanayowahusu watumishi wake. Akiwaonea huruma na uchungu linapowafika lolote la unyonge. Akighadhibika na yeyote ajaye nyumbani akamnyanyasa mtumishi wake, hata akiwa ni jamaa yake. Ni kweli baadhi yao hushinda tu hapo nyumbani na jioni hurejea majumbani mwao Ng'ambo. Ambayo majumba hayo, Bi Zeyana aliwasaidia kununua, au aliwatunukia mwenyewe. Watumishi hao wote walikuwa wakiishi na Bi Zeyana kwa hiari zao na hapana mmoja aliyelazimishwa. Walimwona Bi Zeyana ni kama shina lao. Ni mzee wao wa hali na mali na hapo wanapoishi ni kwao zaidi kuliko popote. Hutafahari napo na kujisifu kwa wenzao kwamba na wao wanapo kwao pa kuringia. Bi Zeyana kabla hajafa aliandika katika wasia wake, shamba lake kubwa la 'Mwembe Tamu' warithi watumishi wake.

Hobo alimhadithia Fatma kwamba watumishi wote hao ni wazalia wa watumwa wa wazee waliyopita wa Fatma. Lakini utumwa umekwisha zamani na sasa iliyobakia ni athari ya mapenzi na ihsani ya miaka ya tangu ya wazee waliyopita.

Fatma alisikitika "Watumwa? Oh! naona haya na vibaya kusikia wazee wangu pia walikuwa katika biashara hiyo mbaya!".

"Ajabu gani?" Hobo alimjibu "Miye mwenyewe ni mtumwa bali nimenunuliwa kwa mapesa na babu yako, si mzalia kama hawa wasiokuwa na kheri." Alisema kama anayejisifu. Akaendelea kusema "Aliniiba mjomba wangu mwenyewe huko Singida nilipokuwa porini naokota kuni. Akanichukua kwa hadaa na kuniuza kwa Wayao, moja katika kabila zilizokuwa na nguvu katikati mashariki ya Afrika. Wao ndiyo wakijulikana wakubwa wa biashara ya utumwa. Wakiwakamata wale kabila dhaifu na kuwaleta pwani, ili kuwauza kwa watu wa nje. Hapo

125

ndipo mwishoni na mie niliishiya kwa babu yako. Nilipochuchuka na kuwa kijakazi cha kupendeza, babu yako alinitia usuriani. Akawa ananipenda na kunifadhili zaidi kuliko mkewe aliyokuwa mtoto wa ami yake. Hasara! Ni kuwa sijazaa naye na nikapata na miye kuitwa 'Mame Bwana' au 'Mame Bibie' kama wajoli wangu wengi walivyoitwa. Lakini Mungu amrahamu babu yako alinipa mama yako nimlee na awe mwanangu na sasa na wewe uwe mjukuu wangu. Mungu akuwekeni nife munizike ..."

Fatma aliona hatokwisha simulizi hizo na akamkata maneno yake, "Lakini Hobo, katika vitabu vyetu vya skuli tunasoma kwamba Waarabu walikuwa wakubwa wa biashara hiyo, na namna gani walikuwa wakiadhibu watumwa wao!"

Hobo alimjibu, "Ni kweli mjukuu wangu utumwa ni laana katika nchi yoyote unaokuwepo. Kwani hata ukiondoka hubakia pepesi zake muda mrefu na ukaleta fitina nyingi na chuki baina ya watu." Hobo aliendelea, "Lakini hawakuwa wao Waarabu tu bali biashara hiyo ovu ilienea ulimwengu mzima. Na kila mwenye uwezo wa pesa alijinunulia. Hata mie pia niliwahi kununua watumwa wawili, kwa pesa zangu mwenyewe. Lakini hawakubariki tu, kwani walitokea manunda na wakanikimbia kabisa. Ati wameniona mkali mno. Lakini ilikuwa kheri mzigo uliniondokea, ningelichoka kuwakimu. Yote hayo ni natija ya kiza cha ujinga ulipotufunika."

Akaendelea kumfahamisha, "Ama ukhabithi na pia wema upo kila wakati na kila mahala miongoni mwa watu mbali-mbali, si katika utumwa tu. Inategemea moyo gani mwanaadamu alionao". "Ni kweli mjukuu wangu, hapana kitu kibaya cha hatari kwa mwanaadamu kama kumiliki nguvu juu ya mwanaadamu mwenzake. Huo ni mtihani mkubwa Mola ametupa. Kwani hata mama pengine anaweza kumwonea mtoto wake mwenyewe kwa ajili ni mpole na mtii. Na wale wanawe waliyo majeuri akawa anawaogopa na kujitahadhari nao, wasimvunjie heshima yake na Mola akawatesa."

Hobo hakusita, "Ukhabithi wa nyoyo umejaa kila wakati na maonevu yanatokea kila siku. Hivi juzi nilikwenda kumtazama jirani yangu aliyepigwa visu na mume wake. Sababu ni alikuwa anaumwa sana na miguu, akamtuma mume wa jirani yake kumnunulia mafuta ya uto ili ajisugulie. Kwa bahati mbaya mume aliporejea kazini na kujua hayo, hakukasiri bali alichukua kisu cha jikoni na kumchanja chanja uso na pia miguu yake. Ati asizuzuke tena na uso wake kwa wanaume. Nimemkuta mwanamke uso umemvimba kama bakuli, amejipaka manjano. Tena ana homa kali, miguu haiwezi kwendea hospitali."

Lakini Hobo alipomwona Fatma ameinama na bado amehuzunika alijaribu kumpoza, "Utumwa umekwisha, Ahamdulillahi na yaliyopita hayafutiki bali vile vile hufahamika na husameheka. Usihuzunike mjukuu wangu, huna dhambi wewe kwa ajili umesadifu kuzaliwa na wazee waliyomiliki watumwa badala ya wewe kuzaliwa mtumwa. Hayo ni ya Mungu aliyekutoa tumboni alimotaka. Huna wewe hiari. Usisikilize fitina, na ukitaka kujua zaidi sisi watumwa wa Waarabu tumezaa watoto wa kifalme, na pia wafalme wa kutikisa miji, na si hapa tu Unguja, bali kote huko Arabuni tangu zama na zama. Kwani kama sharia yetu ya Kiisilamu ilivyoamrisha; mtoto mwanamume wa mwanzo ndiye mwenye haki ya urithi wa ufalme wa baba yake, ikiwa kazaliwa na bibiye Malkia au suriya. Kwa hivyo mara kadha wa kadha wafalme walisadifu kuzaliwa na masuriya. Pia mtumwa aliyezaa na bwana wake huwa si mtumwa tena; bali anakuwa ni huru moja kwa moja."

Hobo akaendelea kueleza, "Ama huko Marekani, kulikoshinda na kuchukua kapu kwa biashara ya utumwa wa Wawaafrika, nasikia Mzungu hahisabiwi ni Mzungu maadamu ana tone la damu la mtumwa mweusi mwilini mwake, hata kwa daraja saba na hata kumi. Mtumwa aliyezaa mtoto na bwana wake Mzungu, kama vile tulivyokuwa tukizaa na bwana zetu, mtoto huyo huwa hana kabila, hana urithi wa mali, hana haki yoyote kwa baba yake. Yeye ni mwana wa haramu wa milele. Na kwa hayo baba mtu anaweza kuwauza watoto wake mwenyewe na kuwafarikisha na mama zao. Basi mjukuu wangu, Bwana Disuza, huyu jirani wetu wa Kigoa, aliponihadithia hayo nilishangaa na kusituka. Hadithi mpya na geni kabisa kwangu. Siwezi kuifahamu."

Hapo akatoa hadithi yake anayoipenda kumtajia mara kwa mara, nayo, "Ama mie namshukuru Mola wangu nilipouzwa kwa mpenzi wangu babu yako. Japo sijazaa naye mabibie na mabwana, lakini amenitunukia kizazi cha damu yake mwenyewe na leo ninahisi nimezaa kama wenzangu waliozaa na mabwana zao. Na zaidi na lililo muhimu kabisa kwangu ni kanifunza nimjue huyo bwana wangu hasa wa kweli ambaye ni mmoja tu; Bwana Mola, na pia Mtume wangu Muhammad S.A.W, badala ya kuselelea kuwa mtumwa wa mizimu, mazingaombo, au masanamu." Tena Hobo akamaliza maelezo yake kwa kusema, "Na sasa mjukuu wangu, twende zetu tukatawadhe kabla ya muadhini wa adhuhuri kuadhini."

Nyumba ya Fatma aliyozaliwa na kukulia ni nyumba yao hii ya mjini. Ilikabili pwani karibu ya forodha. Ilijengwa na baba yake Bi Zeyana pamoja na nyenginezo alizokuwa nazo hapo mjini. Lakini hii ilikuwa zaidi kwa ukubwa na kupendwa na wenyewe. Bi Zeyana alipoirithi kwa baba yake alizidi kuitengeneza. Aliongeza ghorofa moja zaidi ya ile moja iliyokuwepo. Akatia ngazi pana ya msaji tangu chini mpaka juu kabisa. Akafanya behewa kubwa katikati kwa ajili ya upepo na mwangaza upite mwote. Kwa hivyo juu sakafuni palitengenezwa kwa usalama pawe pawazi katikati bali pia palikuwa na nafasi ya kutosha pembezoni iliyolindwa na ukuta wa viburuji badala ya kuezekwa mabati, kama zilivyokuwa nyumba kadha nyenginezo. Ama lango kubwa la mbele lilichongeshwa mahasusi kwa kutiwa maandishi ya Kuraani pamoja na nakshi za maua na nyenginezo za kupendeza. Tena ulitiwa matovu makubwa ya shaba kwa mpango na kuutia haiba zaidi. Nyumba ilikuwa na vyumba vya kutosha bali ilikuwa ina makumbi makubwa-makubwa yaliyochukua nafasi nyingi. Ama huko chini ndiyo ilikuwepo sebule kubwa ya wageni wanaume na vyumba vidogo-vidogo vya bawabu na watumishi wengineo.

Bi Zeyana alikuwa akikaa ghorofa ya kati

na kujulikana kwa jina la 'Bibi wa Kati'. Ama ghorofa ya juu alimwachia mwanawe Bwana Masoud na mkewe, ambaye naye alikuwa akiitwa hapo nyumbani 'Bibie wa Juu'.

Vyumba vya baraza vilipambwa kwa fanicha ya mahmeli nyekundu ya mti wa muwardi uliochongwa kwa mkono, nakshi wazi-wazi mfano kama lesi, ziliagiziwa kutoka Bara Hindi. Kadhalika kulitandikwa mazulia ya kazi ya mkono kutoka Ajemi na kutundikwa mathuraya makubwa ya vigae vya kristali. Saa za mikebe zilitiwa kila kipembe ambazo zikidunda kila baada ya robo saa, mpaka Bwana Masoud aghasike na kuzifunga kabisa. Makasha ya shaba yalipambwa huku na huko kutilia vitu na makasha ya sandali makusudi ya kutilia nguo zipate kunukia harufu nzuri. Vitanda vya wenyewe vilikuwa ni vya shaba ambavyo kila baada ya muda vikihitaji kusafishwa. Baadhi ya vyumba kulipambwa vioo virefu sana kufunika baadhi ya kuta. Ama kwenye marafu mlipambwa vyombo vya gilasi za rangi-rangi vya umbo namna kwa namna na kunakishiwa kwa maji ya dhahabu au ya fedha. Baadhi ya meza mlipambwa mirashi, vyetezo, vikakasi vya kutilia udi juu ya sinia zake za fedha.

Bi Zeyana alikuwa ni mwanamke anayependa mambo ya nyumba na kwa sababu mume wake alifariki na kumwacha yeye angali mdogo, aliweza upesi kujitegemea na kuendesha kila jambo mwenyewe, na kufanya ayapendayo. Ama nafsi ya nyumba yake hasa wakati wa mchana ni zogo la harakati za wanaadamu wengi wanaokuwemo. Makelele na vicheko! Mbali kuna masiku ya magomvi na misutano baina ya watumishi, ambayo mara nyingi hayakatiki mpaka Bi Zeyana aingizwe kati kuyaamuwa.

Fatma aliwaza namna gani wakati ule alivyokuwa akifurahi. Akicheza na kudeka na wote waliyomzunguka. Hao watumishi akiwaona ni sehemu ya wazee wake wa damu, hapana hitilafu. Wala hawezi kuwaita kwa majina yao tu bila ya kutanguliza mbele heshima ya 'umama' au 'ubaba' kabla. Tangu anafungua macho anawaona nyumbani, wanampenda na yeye anawapenda japo wengine waliyo wakali akiwaogopa. Akikosa wanamkaripia naye kama alivyolelewa lazima awatii na kuwaheshimu daraja ya wazee.

Japo Fatma alikuwa mtoto pwekee kwa mama na baba yake lakini hakuwa peke yake kataani. Baada ya watoto wanaolelewa hapo nyumbani, mara nyingi huwepo watoto wa wageni wanaokuja kwa ziyara. Mradi nyumba yao daima haikosi wageni na Fatma hakosi wenzake wa kucheza nao. Walizungukwa na majirani wa kabila mbali-mbali na hata dini mbali-mbali. Lakini waliishi pamoja kwa mapenzi, salama na masikilizano, hata Fatma akakulia kuhisi hao majirani ni pia sehemu ya wazee kwake. Wazee wakiingiliana kwa kuendeana katika furaha na misiba. Wakipelekeana tunu za vyakula na kusaidiana wakati wowote inapohitajia. Ama watoto wao walikuwa ni watoto wa wote mtaani. Wakijulikana na kutunzwa na wote. Fatma alistarehe naye kuwa na mashoga wa kila kabila na wa dini mbali-mbali. Alipata fursa ya kutaalamu mambo mengi yao na kufahamu tabia na desturi mbali-mbali.

Mara kadha wa kadha walikuwa wakifikiwa

na wageni watokao Oman. Siku moja Fatma anakumbuka aliamshwa na mama yake asubuhi na mapema na kumwambia "Inuka ukawaamkie wazee wako waliyofika kwa jahazi jana usiku watokao Arabuni." Aliinuka kwa hamu na furaha akashuka kati, ghorofa anayokaa bibi yake. Huko aliwaona mabibi na watoto wao wanafika ishirini. Ama waume zao waliwekwa vyumba vya chini karibu na sebule. Fatma alifurahi kuwajua wazee na watoto wepya waliyomhusu. Wao walimfurahikia pia. Japo kwa lugha hawafahamikiani lakini macho yalionesha hisiya za mapenzi makubwa juu ya mtoto wao Fatma.

Wageni kama hao hukaa hapo kwa miezi mpaka kila mmoja apate uwezo wa kujitegemea na kuweza kuhamia pake. Wengi huhamia mashambani na kufanya maskani. Aidha wengine huhamia Bara kutafuta maisha mepya na bora. Bi Zeyana alifanya nyumba yake ni kituo cha jamaa zake wanapohitajia. Aliona ni wajibu hayo na si yeye tu bali walifunzika na wote waliyokuwa wakiishi naye.

Fatma akimpenda sana na kumheshimu

bibi yake. Anakumbuka namna gani ilivyokuwa ilaka yake na yeye alipokuwa hai. Kwa kawaida Fatma na baba yake daima walikuwa wakinywa chai ya asubuhi na Bi Zeyana. "Lete tasa na birika, Mabruk mwanangu." Hapo Bibi huanza kwa kumwita mtumishi wake wa kazi hiyo. Tena wakatiliwa maji kukosha mikono yao mmoja baada ya mmoja. Baadaye hujumuika watatu hao, mbele ya sinia kubwa ya duara ya shaba iliyopangwa sahani za vyakula namna kwa namna. Inategemea Bi Zeyana kachagua nini siku hiyo kumuandalia mwanawe Bwana Masoud na mjukuu wake. Methali kama vile mahamuri au vitumbua au mikate ya kuchapa au mkate wa kumimina, au mikate ya ufuta, mikate ya kusukuma, magole na kama hayo. Pia huwemo vitoweo vinavyoliwa na hiyo mikate maalumu iliyopikwa siku hiyo. Aidha huwemo vyakula vya tamu ambavyo Fatma ndivyo akivipenda zaidi hasa ndizi za kukaanga au tambi.

Bi Zeyana huanza kutia mkono katika chakula kwa kutaja jina la Mungu kwa sauti na Fatma na baba yake wakafuatisha. Kwa kila hatuwa lazima aanze bibi, baba na mwishowe Fatma. Bila ya shaka Fatma akiyafahamu hayo na kwamba kila aliyezidi umri hupewa utangulizi zaidi isipokuwa katika kiu tu, aliye mdogo zaidi hutangulizwa kupewa maji. Pamoja na mapenzi yake yote Bi Zeyana anayompenda Fatma, alikuwa mkali kwake anapomwona amekosea adabu au unadhifu wakati wa chakula. Fatma anapokula naye huwa kama yumo mtihanini. Asije akasahau akatia vidole vyake ndani ya mdomo anapotia chakula mdomoni. Asifungue kinywa sana. Asitafune chakula kwa sauti. Asichukue cha mbali bila ya kusogezewa. Asiseme bila ya dharuri, japo mwenyewe Bi Zeyana na mwanawe wanaongea. Na lolote katika hayo endapo Fatma kakosa basi hamgombezi, lakini jicho lake kali la Bi Zeyana linapompiga huwa linatosha kumfahamisha amefanya makosa gani. Kwa hivyo japo akipenda kula vyakula vyake vizuri lakini akiona taabu hasa vile awangojee wainuke ndiyo na yeye aweze kuinuka, japo kesha shiba au anatamani kwenda kucheza. Hubaki kumwangalia huyu na huyo na kusikia mazungumzo ambayo hayafahamu wala hayapendi, yaliyojaa maneno mawili zaidi nayo ni 'nazi' na 'karafuu'. Bi Zeyana alionesha kaweka wakati huu wa futari ya asubuhi ni faragha nzuri ya kuongea na mwanawe Bwana Masoud habari zinazohusu mashamba yao kwa lugha ya Kiarabu na pia lugha ya Kiswahili.

'Adabu ni jambo muhimu sana.' Fatma heshi kusikia maneno hayo mara kwa mara. 'Adabu ni bora vazi kuliko vazi lolote, linalompendeza mvaaji wakati wowote na pahala popote.' 'Adabu ndiyo inayoonesha asili ya mtu na nyumba gani maarufu anayotoka.' 'Mtoto asiyekuwa na adabu hutukanisha wazee wake kwa kuwaonesha ni watu duni hawajamlea vizuri mtoto wao.' Hayo ndiyo maneno ambayo Fatma na wenzake wadogo wakikumbushwa kila wakati na kutahadharishwa. Jambo la mwanzo tangu mtoto angali mdogo hufunzwa asubuhi anapoamka lazima aamkie wazee kwa kuwabusu mikono miwili. Aidha kwa heshima ya kuamkia siyo kwa wazee waliyohusu tu au waliyo nyumbani tu bali wazee ni wowote waliyozidi umri. Si lazima ajulishwe kwa jina au ni nani, bali itokeleapo katika kikundi ni wote awajuwao na asiowajua.

Ama kukata majina kwa watu waliyozidi umri ni jambo la ukosefu wa adabu. Ikiwa mtoto hatangulizi ubibi au umama basi 'khaloo' au 'amoo' au 'dada fulani' ndiyo wajibu. Kadhalika na kwa wanaume ni mpango huo huo. Mtoto hakai kitini kabla ya mkubwa na endapo mkubwa ameingia lazima ainuke kumpisha. Mradi heshima ya kuheshimu wakubwa ni jambo mojiwapo muhimu katika utamaduni wa maisha yao.

Fatma aliyazoea hayo na kuchukulia ni jambo la kawaida la maisha yake kama alivyokuwa na yeyote mwenye umri kama yeye wakati huo. Alistarehe nayo na kupata amani ya kuishi na watu wake hapo nyumbani na kuhisi anapendeza na kupendwa na wote popote anapokwenda au anapokuwepo.

Fatma aliendelea kufikiri namna gani alivyokuwa akifurahi siku za Sikukuu! Hasa Sikukuu ya Fitri, yaani Sikukuu ndogo. Tangu mwezi wa Shaabani anaanza kuhisi hiyoooo, Sikukuu inakaribia! Japo bado miezi miwili kufika.

Wazee huanza kujitayarisha kwanza kwa mwezi wa Ramadhani, mwezi wa kufunga. Kwa kila vifao vizuri vya kuweza kukaa visiharibike huanzwa kununuliwa na kukusanywa ghalani. Kama vile madebe ya samli ya Kismayuu, magunia ya sukari na mchele, ngano za bokoboko, mbaazi, kunde, njugu mawe na vinginevyo kama hivyo. Nyunga za uji hutwangwa zikakaa tayari madebeni na hata nyunga za bizari.

Ramadhani ikifika si furaha hiyo! Kwa kila mmoja, mkubwa na mdogo!

Usiku ule ule huanza Sala ya Tarawehe. Kwa hivyo Bwana Masoud na wanaume wa nyumbani hwenda msikitini. Ama wanawake husali nyumbani aghlabu kwa 'jamaa'. Watoto nao huchanganyika kusali na wazee kwa hamu kubwa. Bi Zeyana hufurahi sana kwa hayo na kuwaambia "Hivyo ndivyo wajukuu wangu, lazima mjizoeleshe kusali tangu wadogo ili mzowee lakini msisali kama wale wanaosali Ramadhani tu yaani mwaka mara moja."

Ni kweli imani ya dini ilikuwa ina nguvu sana hapo nyumbani kwa wakubwa na wadogo katika maisha yao ya kila siku. Jina la Bwana Mungu ndilo limejaa midomoni mwa watu katika mazungumzo ya huzuni na ya furaha. Sala ni jambo adi la maisha kama chakula. Japo wapo wengine ni wazito wasiyosali kwa desturi lakini wengi ni wale wanaoingojea sala, siyo sala inawangojea wao.

Kwa hivyo usiku ule baada ya sala ya Tarawehe watu hutawanyika na kwa kila mmoja kwa njia apendayo, kwani hapana anayetamani kulala na mapema. Wengine hujitembelea madukani kwa kununua hichi na hicho kwa ajili ya Sikukuu. Wengine hupoteza wakati wao kwa kucheza karata au mazungumzo mpaka ukawadia wakati wa mzinga wa daku, unaowahimiza watu kula daku.

Ama Bwana Masoud aliweka desturi baada ya Tarawehe, kila apendaye huja hapo nyumbani kusoma au kusikiliza juzuu moja ya Kuraani isomwayo sebuleni. Juzuu thelathini hupangwa zimalizike tarehe ya ishirini na nane ya Ramadhani yaani kabla ya Ramadhani haijamalizika. Tena usiku wa hitima hualikwa watu zaidi na kukirimiwa kwa kitu baridi yaani askirimu.

Usiku wa Ramadhani lazima wawepo wapishi wanaoshughulikia upishi wa daku. Ikawa katikati ya usiku wa manane harufu ya wali wa pishori au mpunga mpya unapopakuliwa umejaa hewani methali ni kama masaa ya adhuhuri.

Fatma akiupenda sana wali wa daku. Akiona ladha yake ni nyengine kabisa siyo ile ya wali wa mchana. Akiona uchungu siku inapotokelea umemchukua usingizi na mama yake hajamwamsha kula daku. Japo jicho hawezi kulifungua anapotia tonge ya wali kinywani na kula hawezi, lakini anapenda lazima aamshwe. Asubuhi huona raha moyo wake kujua kama na yeye alikuwemo dakuni, japo mara nyengine huwa hana hata hakika mpaka amwulize mama yake.

Vigoma vya daku vya kabila mbali-mbali daima hupita nyumbani na mara nyengine husimama kucheza hapo mlangoni pao. Watoto hungojea furja hiyo kwa hamu wakakimbilia madirishani kutafaraji kuangalia. Ramadhani ni wakati wa usiku, ama asubuhi ya Ramadhani haina harakati nyingi. Kwa vile wazee huchelewa sana usiku kulala, aghlabu baada ya sala ya Alfajiri hurejea tena kulala masaa matatu au mane ya asubuhi, inategemea wanavyopenda.

Mara nyingi Fatma huamshwa na sauti za nyunga za mikate ya kumimina inayopondwa kinuni au ngano za bokoboko zinapotwangwa. Pengine mikate ya sinia inapopigwa kuumuliwa. Fatma akipenda kumwangalia Ma Bustani, mmoja katika wapishi wa nyumbani anapoupiga unga wa mkate wa sinia. Huupiga kwa nguvu mpaka mwisho yeye mwenyewe mzima-mzima huinuka nao unga huo kuuvuta legenini na kuupiga tena na tena. "Ndiyo, mpaka uingie hewa vizuri." Humfahamisha Fatma.

Bi Zeyana akiamka hukaa juu ya kibao chake mahasusi hapo mekoni na akawa anasimamia wapishi kuumuwa vyakula vya siku hiyo kama vile vikaimati, chila, vilosa au chochote kile alichopenda kupika. Ama hasa kupikwa vyakula hupikwa baada ya sala ya adhuhuri. Hapo tena karibu kila mmoja huingia jikoni japo yule maisha haingii. Salama ni kuwa kila ghorofa ilikuwepo meko ya vyakula mahasusi na kwa hivyo zogo la watu hutawanyika.

Mapishi ya matunda kama muhogo, ndizi, shelisheli, viazi na kadhalika, au namna za kunde, mbaazi, njugumawe, pia bokoboko na nyuji hupikwa kwenye meko ya kuni, huko ghorofa ya chini. Msimamizi wa hapo ni Ma Tausi, mwanafunzi wa Bi Zeyana aliyemfundisha na kumpasisha. Sambusa, msanifu, mikate ya mtabbak, vipopoo, zerebia, na kama hivyo vinavyohitaji ustadi wa zaidi hupikwa ghorofa ya kati kwa maseredani, ili na mwenyewe Bi Zeyana awepo karibu anasaidia na kusimamia. Ama michuzi na vitoweo hupikwa darini na mama yake Fatma na Hobo ndiyo wao masuuli.

Fatma alinunuliwa vyungu vidogo vya udongo, pawa na miko mahasusi vya watoto kujifundishia kupika. Kwa hivyo watoto walikuwa wakifurahi kupata fursa hiyo na kuionea raha sana. Ilivyokuwa Ramadhani mchana wake mwingi, watu hushughulika na mapishi basi na wao pia wakiingia katika furja hiyo. Wazee wakiwafunza na kuwashajiisha si kupika tu, bali kukuna nazi, kuchunga unga, kupeta mchele, kutwanga na mengi mengineyo ambayo yakihitaji mafunzo. Na wao watoto wakifurahi na kushindana 'nani hodari zaidi'. "Mwanamke hawi mwanamke ila ajue kupika, na ni aibu endapo hajui." Hayo ndiyo maneno waliyokuwa wakisikia kwa wazee kila wakati.

Kwa kidogo kabla ya kukuchwa jua, maghasia ya kupakua na kupangwa masahani ya vyakula masiniani, si madogo. Kila mmoja ana haraka na amekazana kwa kazi yake kama siye aliyofunga kutwa. Ama Bi Zeyana anasema na kuhimiza moja kwa moja "Sinia za sebuleni za mabwana ziteremshwe, karibu muadhini ataadhini."

Kwa kawaida mwezi mzima wa Ramadhani Bwana Masoud hufuturisha jamaa, marafiki au Muislamu yeyote asadifae kuwepo wakati wa futari. Wazee wakiamini Ramadhani ni mwezi wa karama na ni wajibu kwao wakirimu ili wapate thawabu na baraka ya riziki huzidi. Bi Zeyana akiudhika endapo akimwona yeyote katika watumishi amechelewa kufuturu, hata akiwa na kazi lazima aiwache ili kwanza atie kitu kinywani. Muadhini akisha adhini tu kila mmoja awe na tende na uji wake wa kufungulia kinywa, bila ya kuchelewa.

Watoto wakifurahi kuachiwa kufunga. Bwana Masoud akimwambia mkewe "Usimkataze Fatma kufunga endapo anataka kufunga bali pia usimlazimishe maadamu bado ni mdogo." Kwa hivyo Fatma alianza kufunga katika umri wa miaka mitano unusu. Japo mara nyingi kabla ya hapo hufunga mpaka saa sita au saa saba ya adhuhuri. Ashikwapo na kiu au aonapo chakula anachokipenda hujiona hawezi tena kujizuia na hufungua. Ama siku ile alifunga mpaka saa kumi alasiri. Alipoona ameregea alilala. Alipozindukana na kuona jua halijakuchwa bado, alitaka kunywa maji. Lakini mama yake alimwambia "Imebaki saa moja tu utafuturu, au itakuwa taabu yako ya bure, bora usubiri." Alistahmili na ikawa ni siku yake ya mwanzo kufunga. Wazee wote walifurahi naye na akatunzwa mapesa. Kwa hivyo tangu siku hiyo 'kufunga' kwake kulikuwa ni wepesi. Baadaye alipofika miaka kumi aliweza kufunga mwezi kamili mzima. Akaona fahari kubwa hasa mbele ya wanafunzi wenzake, ilipofunguliwa skuli.

Na oh! Furaha ya kesho Sikukuu! Fatma na wenzake hukusanyika sakafuni kungojea mwezi kuandama. Japo wamefunga lakini hawana hamu ya futari, hamu yao ya mwanzo ni kuuona mwezi. Macho yote huelekea mbinguni, wanatafuta kuuona mwezi. Na hapo mmojawapo aliyebahatika kuuona mwezi mwanzo hupiga ukelele wa furaha "Ule pale mwezi!!" Tena hapo hubaki kuoneshana, wakawa wanarukaruka kwa furaha, "Kesho Sikukuu! Kesho Sikukuu!" Wakipiga kelele za kushangiria. Baada kidogo huanza kuhesabu mizinga inayojulisha mji wote kuwa mwezi umekwisha andama. Wote kwa pamoja na kwa kelele huanza kuhesabu mizinga "Moja" "Mbili" "Tatu" mpaka itimie ishirini na moja.

Ni kweli hii ni siku mojiwapo kubwa ya furaha kwao. Usiku wa kuamkia Sikukuu, karibu usiku wote watoto hawapati usingizi kwa hamu na furaha ya Sikukuu. Hobo hushughulika sana kuwatia hina watoto. Usiku huo watoto wote hulala pamoja juu ya magodoro badala ya juu ya vitanda. Fatma huwa halali kwa raha kwa mahina anayotiwa mikononi na miguuni tena hufungwa majani ya mbarike ili ihifadhike hiyo hina. Bali akawa naye lazima alale kwa hadhari usiku kucha. Lakini asubuhi akishaitoa namna gani anavyoipenda! Imewiva nyekundu na harufu yake? Oh! Hadi akiipenda! Kwani ndiyo inamkumbusha siku hii ya furaha ya Sikukuu!

Alfajiri na mapema nyumba nzima huamshwa kwa kelele za mabuzi wanaochinjwa chini mferejini kwa ajili ya Sikukuu na pia kwa ajili ya sadaka. Fatma hushonewa na mama yake nguo kadha wa kadha mpya kwa ajili ya Sikukuu. Akaveshwa na kupambwa kwa vyombo vyake vya dhahabu. Mradi watoto na watu wazima, kike kwa kiume aghlabu huvaa nguo mpya kwa kuamini hiyo ndiyo "sunna" ya Sikukuu. Ni kweli sura za watu huwa nadhifu zimependeza siku hiyo, kila mmoja anang'ara!

Chakula cha asubuhi lazima liwepo bokoboko la mchele, maini na nyama ya kukausha ya mbuzi mchanga. Ama mchana hupikwa biriani na pia hupelekewa baadhi ya jamaa na majirani. Tena kukazidi zogo na ghasia kila kipembe cha nyumba yao kwa watu wanaozidi. Wakubwa na wadogo wanaotoka nje kuja kumwamkiya Bi Zeyana. Wadogo lazima wapewe "Iidiya" yaani zawadi ndogo ya pesa na wakubwa wakapewa pesa za Zakaa. Kadhalika kina Fatma wakishavalia hupelekwa kuamkia jamaa waliyohusu na kwa marafiki wa wazee. Ama alasiri hupelekwa 'Mnazimoja'–kiunga kikubwa cha mpira ambacho siku za Sikukuu hutengezwa mahasusi na Serikali kuwa ni mahala pa kuwapa furaha watoto. Kwa hivyo huwepo mapembea, magoma, maduka ya kuuziwa michezo ya watoto, aidha mahala pa kuoneshwa michezo kama karagosi, 'nachi' na kadhalika. Hadi watoto wakifurahi na kuona Sikukuu ni 'Mnazimoja', ambayo huwepo muda wa siku nne. Siku ambazo watoto huzikamia mno kwa kujua furaha ya siku hizo adhimu, hawazipati ila ije Sikukuu tu.

Fatma baada ya kukumbuka furaha zake nyingi za udogoni alikumbuka pia msiba wake wa mwanzo uliyompata. Nao ni msiba alipokufa bibi yake, Bi Zeyana. Alikuwa ni mwenye umri wa miaka tisa. Alihuzunika sana na kujua hatomwona tena. Jambo analolikumbuka sana ni zile kelele za vilio na maombolezi ya watu wa nyumbani, hasa pale wanaume walipokuja kumchukua maiti na kumtia jenezani. Hapo naye Fatma alifazaika na kuchanganyika nao katika kupiga makelele ya vilio, mpaka Hobo akaja na kumwondosha. Nyumba yao ilijaa watu zaidi, wengine ni wale watokao mashambani. Kwa kushinda na kwa kulala. Kila wakati ni kupikwa na kupakuliwa kwa ajili ya wageni, mbali vyakula vilivyokuwa vikiletwa kutoka kwa mashoga na majamaa, muda wa wiki nzima.

Alasiri muda was siku tatu watu walikuja kusoma Kuraani. Na ile siku ya tatu Mwalimu Habiba alihitimisha na kumwombea dua maiti. Ikatolewa haluwa na kahawa na baadaye watu wakatawanyika. Lakini walibaki wale waliyohusu sana na kukaa matanga ya siku saba. Ama siku ya 'arubaini' kulisomwa tena hetima kwa kualikwa watu na kupewa biriani, kwa ajili ya chakula cha mchana.

Baada ya kufa Bi Zeyana, Bwana Masoud alichukua makamu ya mama yake na kuendesha mambo mengi mwenyewe. Alivyokuwa hana kazi nyengineo, alishughulika sana na mashamba yake ambayo hiyo ikawa ndiyo kazi yake, kama wengi wenzake wakati huo. Ilimbidi pia asafiri mara kwa mara kwenda bara na kuleta wakulima zaidi, na kuwatengenezea maskani humo mashambani mwake. Alizidisha kupanda mikarafuu na minazi, na kama ilivyokuwa kawaida ya wote wenye mashamba, kuwashajiisha na kuwaachia ardhi wale wakaazi wanaopenda kulima walime makonde ya vifao vyao, bila ya wenye mashamba kudai au kutaraji chochote katika mavuno yao. Burudika ni shamba lake kubwa Bwana Masoud, kuliko yote aliyonayo. Akilipenda na kulionea fahari. Hili ni shamba lenye tarihi ya wazee wake waliyotangulia.

Mara kwa mara Fatma alisikia simulizi hizi kwa Hobo. Babu wa Bi Zeyana pamoja na wenzake wengine waliotoka Oman walikuwa ni wale wa mwanzo waliyomfuata Mfalme alipoitwa na wananchi kuja kuvigombowa visiwa hivi mikononi mwa Wareno. Baada ya mfalme kutawalishwa alileta fikira ya kupandwa mikarafuu. Babu yake Bi Zeyana na yeye alinunua ardhi, ambayo ilikuwa ni pori na akaanza kupanda mikarafuu. Alijitahidi na hata mkewe alikuwa akimsaidia ilipokuwa mikarafuu ingali midogo. Kwa bahati mbaya Kimbunga kilipiga na kung'owa mikarafuu mingi. Lakini huyo babu na wengi wengineo kama yeye hawakuvunjika moyo, waliendelea kuotesha. Baada ya miaka yakawepo mashamba ya karafuu ya kweli. Visiwa vikaneemeka sana na kuwa maarufu duniani kwa kipando hicho cha karafuu ambazo zilikuwa zikisafirishwa kila kipembe na kujulikana ni karafuu bora kuliko nyingi nyenginezo za miji mengineyo.

Ama jina la Burudika alilitoa mwenyewe huyo 'babu' tangu pale lilipokuwa shamba ni pori tu. Alikuwa anaamini itakuja siku ataburudika na kuneemeka kwa shamba hilo. Burudika lilikuwa ni shamba azizi kwa wenyewe na ni kweli lilileta baraka nyingi nyenginezo.

Bwana Masoud alijenga nyumba kubwa hapo Burudika na kutia maroshani makubwa usoni ya kupendeza. Japo pia zilikuwepo nyumba ndogo ndogo zilizojengwa na wazee waliyotangulia. Hizo ziliwekwa kufikia wageni wanapotokea.

Bwana Masoud aliipamba nyumba yake ya Burudika karibu kama ya mjini. Jambo lililomsikitisha ni huku mashambani hapakuwa na taa za umeme au maji ya chemchemu. Lakini baada ya yote, wanapokuwepo wenyewe na usiku ukifika nyumba yote hung'ara kwa mataa ya karabai kila upande mpaka katikati ya usiku. Baadaye huzimwa na zikawepo taa za kandili au za chemni badala yake. Ama maji hutekwa visimani na kuenezwa kila panapohitajia. Kwa hivyo hapakuwa na ukosefu mkubwa kwa hayo.

Mama yake Fatma yaani ni Bi Asha, tangu alipofiwa na 'amoo' yake ambaye ni Bi Zeyana alizidiwa na masuuli na akawa anasimamia yote yanayohusu nyumba na waliyomo. Bi Asha alikuwa ni mtoto wa ami yake Bwana Masoud na akawekewa amuoe tangu alipozaliwa. Alipofika miaka hedashara, kabla hajabalighi, aliozwa Bwana Masoud ambaye yeye alikuwa kijana wa miaka kumi na minane. Hobo alimhadithia Fatma, "Mpaka siku ile mama yako anaolewa hajui kama anaolewa, alisitukia anapelekwa kwa mume tu! Mara nyingi mume wake anaporejea nyumbani akimtafuta humwona amejificha mvunguni anachezea mabandia. Ilichukuwa miaka hata mama yako alipozoea maisha ya ndoa. Lakini baadaye alitokea kuwa mwanamke wa shani maridadi na mpishi wa kusifika kama 'amoo' yake".

Bi Asha aliishi na mume wake kwa mapenzi na masikilizano mazuri. Akimheshimu sana mume wake na Fatma hakupata kuona hata siku moja mabishano baina yao. Daima Bwana Masoud ni mtoa shauri wa kila jambo na Bi Asha ni 'Bwana kasema'. Yaani hendi kinyume kabisa na aliyoamua mumewe.

Hobo alimhadithia Fatma kwamba

"Wakati mmoja baba yako alipoona kachelewa sana kuzaa na mama yako, yaani kiasi ya miaka minane ilipita tangu kuoana, alifikiri aoe mtoto mdogo ili azae. Mama yako hakumkataza wala hakugombana bali hakukasiri ila alichukua yeye taabu ya kumtafutia mke. Alimposea mwari wake na kumtia arusi yeye mwenyewe kwa kumfukiza na kumtungia asumini na vikuba. Kwa bahati mwari alitokea afiriti. Alilia na kupiga makelele kila akimwona baba yako anamkaribia. Majirani wa nyumba ya sabaa walikuwa wakisikia makelele hayo! "Mradi asubuhi baba yako alimpa talaka yake na kurejeshwa kwao. Alhamdulilahi! baa likatuondokea. Kwani miye ndiye niliyokuwa nikiunguwa moyo wangu. Niseme na nani anisikilize. Mama yako ni kama ini langu. Lakini anisikilize miye? Haiyumkiniki mbele ya 'Bwana kasema'. Miye ilikuwa ni 'yangu tama' tu natazama senema. Nilishukuru Mola alipokuleta wewe na mzizi wa fitina ukakatika." Hobo alimaliza hadithi yake.

Ni kweli Fatma anakumbuka namna gani alivyokuwa kati ya wazee wake hao wawili.

Hasikii magomvi wala makaripiano. Akijiona ni kama kidege kikiruka-ruka na kucheza kwa mazeka ya furaha miongoni mwa nyuso zilizojaa bashasha na macho yaliyojaa mapenzi kila atupapo jicho. Namna gani alivyokuwa moyo wake umepowa na alivyostarehe! Fatma aliwaza namna gani na yeye alivyokuwa akiwapenda! Hasa mama yake!

Ni mwaka sasa unatimia tangu alipofariki mama yake. Lakini anaona ni kama jana kwa ubichi wa machungu aliyonayo. Wakati haukupoza jaraha la moto wa moyo wake mchanga. Anapomuwaza mama yake anahisi kama chuma kizito cha moto kinadidimizwa juu ya kifua chake. Mara nyingi hufikiri na kujiambia "Laiti angelikufa zamani na akaniacha mchanga simkumbuki." Lakini amekufa wakati ndiyo mwanzo umemchapukia utamu wa mama. Wakati ambao huona kama aliyenyang'anywa gilasi ya maji ya barafu kati-kati ya kiu chake, wakati ambao akimhitajia mama yake kuliko yeyote.

Tangu alipokuwa mdogo sana, Fatma akihisi vibaya sana inapotokelea amemuudhi mama yake. Fatma anapokaripiwa na mama yake hulia sana, si kwa ajili ya hayo bali kwa machungu ya kuhisi wakati ule amekosa ukaribu wa mama yake. Kwa hivyo baada ya vilio husogea kwake na kudoea kumbusu mkono wake na kumwambia "Nimetubu". Hapo tena raha yake kubwa ni kumwona mama yake amemsamehe kwa kumkumbatia na kumbusu. Ama Bi Asha alikuwa ni mama aliyejaa mapenzi kwa huyu mwanawe mmoja tu, ambaye kwa miaka mingi alimtamani. Fatma alikuwa akilala chumba maalumu cha karibu sana na chumba cha mama na baba yake, pamoja na Hobo wake. Akapambiwa vizuri upande mmoja kwa mabandia ya vitambaa na ukili aliyokuwa akimfanyia mama yake. Kadhalika na kwa vitu vidogo vidogo vya kuchezea vinavyopatikana siku hizo. Mashoga wa Fatma hufurahi kuja hapo kucheza na wakawa hawapendi hata kuondoka. Fatma hakupata kuhisi amekosa chochote au lolote kuliko wenzake. Alizoea sana kuwa na mama yake nyumbani siku zote. Sikio la 'mama' lilikuwa daima tayari kusikiliza masuala ya kitoto yasiyokwisha na kuyajibu, kwa hivyo aliona baadaye amejifunza mengi kwa mama yake ambayo yalimfaa ukubwani mwake.

Ni kweli Bi Asha kama mabibi wa wakati wake hawakuwa wakitoka nje, ila labda litokee jambo muhimu sana. Kwani hata kununua nguo au hata vyombo vya dhahabu Wahindi wauzao biashara hizo huwajia majumbani na mabibi huchagua na kununua wanachotaka. Kwa hivyo usiku huo wa adimu wa Bi Asha na Hobo wa kutoka nje, lazima uwepo mpango uliyotengenezwa ili Fatma asihuzunike. Huitwa Ma Msimu aje kukaa na watoto ambaye ni mpenzi wao mkubwa kwa hadithi zake nzuri.

Fatma hakufikiri kabisa kama mama yake atakufa siku moja na ah! kumbe siku haikuwa mbali! Aliona maisha yake yote atakuwa naye tu. Kuwa yatima kwa mama? Ni jambo ambalo halijapata kabisa kumpitilia akilini mwake. Aliona ni jambo li mbali naye, liliyowapata baadhi ya mashoga tu lakini halitompata yeye. Alikumbuka namna gani mama yake alivyokuwa akiwaonea huruma mashoga zake waliyofiwa na mama zao na kumfunza na yeye awaonee imani. "Kwani

158

wamekosa mtu muhimu sana katika maisha yao."
Mama yake daima akimwambia, "Ni jambo
ninaloliomba Ya Rabbi nisife nikakuacha wewe
bado mdogo." Kwa hivyo Fatma akiwaonea
huruma sana wenzake waliyofiwa na mama zao
wala hakuweza kutasawiri maisha yasiyo na
mama.

Labda ndiyo hakuweza pia kutasawiri lolote
baya juu ya mama yake usiku ule alipoambiwa na
baba yake "Kabla kulala nenda kambusu mama
yako." Ni kweli Bi Asha alipata homa kali ya
Malaria muda wa siku tatu na ikawa haishuki.
Bwana Masoud ilimbidi amlete dakitari hodari wa
Kibaniani, Dr. Mehta, kumtibu lakini hakuweza;
homa ilikuwa imempiga kichwani.

Fatma alikwenda kumbusu mama yake
mara ya mwisho, lakini alihuzunika na kustaajabu
kumwona hakumbali wala hakufurahi naye kama
desturi. "Oh, kumbe maskini mama alikuwa
anamaliza saa mbili zilizombakilia za maisha
yake!!" Fatma alifahamu hayo baadaye. Aliingia
kitandani bila ya kuwa na fikira yoyote kama
amemuaga muago wa mwisho.

Asubuhi kulipopambazuka, Hobo alimwamsha Fatma kwa taratibu. Macho yake yalivimba na mekundu sana na sauti imejaa imani. Hapo Fatma kama aliyegutuliwa, ghafula alihisi lazima pana jambo baya sana, akapiga ukelele wa kilio na kukimbilia chumbani kwa mama yake, "Mama!, Mama!" Bali mlango ulikuwa umeshafungwa na harufu ya ubani itokayo huko chumbani ndiyo imeenea hapo. Hobo alimzuia na kumkumbatia akimbembeleza. Lakini Fatma alikuwa hajijui kwa vilio na huku majasho mengi yakimtoka. Tena upesi siku ile alipelekwa kushinda kwa jamaa wa mama yake. Hobo alitoa shauri hiyo "yaani mtoto mdogo asije akatishika kuliona jeneza la mama yake."

Ama huko alipopelekwa kila akilia hupewa msahafu asome ili amwombee dua mama yake apelekwe Peponi. Lakini kumwombea apelekwe Peponi? akiona sivyo kwani hatamwona tena. Kwa hivyo badala ya hayo akiomba kwa dhati ya moyo wake na huku akilia "Ya Rabbi! Mama hajafa ni amezimia tu na Inshalla sasa huko ameshafufuka."

Lakini aliporudi nyumbani jioni, Fatma alivunjika nguvu kwa kujua mama yake keshatiwa kaburini. "Ah! na keshafunikwa mchanga! siwezi kumwona tena mama yangu maskini!" Alijiambia kwa unyonge mkubwa. Baba yake alimwita chumbani na kujaribu kumpoza moyo wake. Lakini moyo wa Fatma haukupowa upesi. Masiku na miezi ilipita akilia kwa siri kabla hajalala. Mwisho wa kilio huomba alau amwone mama yake usingizini. Kwa hivyo usiku unaotokelea amemuota hufurahi sana na lazima amhadithie Hobo wake. Hobo ndiye alikuwa ni nguzo kubwa iliyombakilia badala ya mama yake. Japo daima akimpenda lakini kwa sasa alizidi na kuhisi hawezi kumkosa kabisa. Kila wakati anataka awe naye na hata usiku alihama kitandani kwake na kulala godoroni chini pamoja na Hobo wake.

Huzuni ya Hobo kufiwa na Bi Asha ambaye alikuwa ni mtoto kwake na zaidi kuliko angelimtoa tumboni mwake bila ya shaka haisemeki. Bi Asha alikuwa ni mtoto wa siku tatu tu, mama yake alipofariki. Hapo baba yake Bi Asha alimkabidhi Hobo kumlea, suriya wake kipenzi. Hobo alimlea na kumpenda na kuhisi Bi Asha ni mtoto wake yeye zaidi kuliko wa yeyote.

Wakati mmoja Hobo aligombana na bwana wake ambaye ni baba wa Bi Asha. Kwa hamaki akawa anatoka nyumba na mtoto wake Bi Asha begani. Baba mtu alipoona hayo alimwambia "Ikiwa wewe unatoka, toka lakini huyu mwanangu mwache hapa hapa." Bali Hobo alimjibu, "Huyu mtoto si wako, umemzaa tu bali miye ndiye mwenye uchungu naye, niliyemlea na kumtaabikia, ukipenda usipende nitatoka naye."

Wakawa wawili hao wananyang'anyana mtoto 'vute nikuvute' na huku mtoto analia bila ya kiasi. Buibui la Hobo lipo chini limeshaanguka na kikoi cha baba mtu karibu kumporomoka kabisa. Hapo watu wakaingia kati kumwondosha bwana na kumtuliza. Ama Hobo alikwapuka na kutoka na mtoto wake bila ya kubali.

Hakurejea nyumbani ila baada ya baba mtu alipomwendea mwenyewe huko Ng'ambo na kumbembeleza arejee. Visa vya mapenzi ya Hobo juu ya mtoto wake Bi Asha mara nyingi ni vya kumshangaza Fatma anaposimuliwa.

Siku moja Fatma alimwona bibi mmoja ana kovu kubwa shingoni mwake hata alikuwa hawezi kugeuza vizuri shingo yake. Fatma alipouliza nini sababu ya hayo? alijibiwa "Hiyo ni kazi ya Hobo wako. Huyo ni Safia, alipokuwa mdogo alikuwa ni kama yaya mdogo wa kucheza na mama yako. Wakati mmoja alipokuwa amepewa mtoto kucheza naye, alimwacha mtoto peke yake na mtoto akatambaa mpaka karibu ya seredani lenye makaa ya moto. Kwa bahati mbaya palikuwa na kaa dogo liloanguka hapo na likamchoma mtoto paja lake. Hobo kwa ghadhabu zake alipoona hayo hakukasiri ila alichukua kijinga cha moto na kumchoma Safia shingoni." Ni kweli Hobo anapohamaki huwa kama mwenda wazimu. Hafikiri mbele chochote wala hamwogopi yeyote.

Wakati mmoja Bi Asha alipokuwa mdogo aliingia chumba cha suriya wa baba yake, ambaye Hobo hampendi, na akamlisha chakula kidogo. Hobo alipojua hayo alimhamakia Bi Asha na akamvuta ulimi wake kwa nguvu mpaka kile kijuzi chini ya ulimi kikakatika. Kwa kukumbuka hayo, Bi Asha aliweka akizaa hatomwachia mtoto wake kulelewa na Hobo. Japo akimpenda sana lakini akiogopa pia ghadhabu zake.

Lakini bila ya shaka hapakuwa wa kuweza kumpinga Hobo. Fatma alipozaliwa alimlea na hakuthubutu yeyote kuchukua mahala pake.

Ijapokuwa Hobo hajapata kuzaa lakini alionesha ametosheleka kwa jiha zote kuwa Bi Asha ni mwanawe na Fatma ni mjukuu wake bila ya tone la shaka. Hapana majitoleo yoyote ni makubwa kwake kwa ajili yao. Panapo dharuri hata maisha yake aliyaweka si kitu kuyatoa muhanga kwa ajili yao. 'Hiyo ndiyo picha ya Hobo wangu!' Fatma aliwaza 'Ni mtu ambaye siwezi kuamini kuwa yeye siye mama aliyemzaa mama yangu. Na namna gani naona uchungu kufikiri miye si wa damu yake!'

Hobo jina lake hasa alilopewa na bwana wake ni Yasmin. Lakini kwa heshima aliyokuwa nayo zaidi kuliko watumishi wote alikuwa akiitwa Hobo – jina ambalo la deko na heshima ambalo huitwa mabibi watu wazima wanaopendwa na watoto.

Hobo alikuwa mrefu, mwembamba na rangi yake maji ya kunde. Nywele zake japo ni koto lakini laini, na kwa sasa karibu zote ni nyeupe kwa mvi. Bila ya shaka alionesha alikuwa ni mwanamke wa kupendeza. Ama mwenyewe akipenda sana kujisifu mara kwa mara namna gani alivyokuwa akipendwa na bwana wake kuliko mke aliyekuwa binti ami yake na kuliko masuriya wanane wote waliyowekwa.

SEHEMU YA TATU

Mama wa Kambo

Bwana Masoud tangu kufiwa na mkewe alijishughulisha zaidi kwenda kukagua mashamba yake. Aghlabu hufatana na Salim, mtoto wa ami yake ambaye wakipatana sana, japo ni mdogo wake kwa kidogo. Alipanga katika juma moja, siku tatu yaani jumaatatu, jumaanne na jumaatano huwepo mashambani. Siku zilizobakia ndiyo huwepo mjini.

Fatma alipungua kumwona baba yake kwa sasa na kuhisi huzuni. Ni kweli japo Fatma hakuwa karibu sana kwa baba yake kama alivyokuwa kwa mama na Hobo wake, lakini akiona raha kumwona na kuwepo mbele ya macho yake kila wakati. Anakumbuka kila asubuhi anapokwenda kumwamkia, baba yake hufungua kibweta chake akapewa pesa maalumu za kutumia siku ile. Jambo ambalo Bwana Masoud akilipenda ni kumhifadhisha Fatma majina ya ukoo wake. Tena humwuliza "Hebu niambie wewe ni nani? mtoto

166

wa nani? na nini nasaba yako?" Hapo Fatma
hujibu kwa upesi na akafika mpaka babu wa kumi
na mbili kama alivyomhifadhisha. Baba mtu
hufurahi naye sana na kucheka na huku akimfinya
finya mashavu yake; jambo ambalo Fatma alikuwa
halipendi sana. Pengine humhifadhisha mashairi
yake ya Kiarabu anayoyatunga ambayo Fatma
akiyahifadhi lakini hayajui maana yake.

Fatma akimwogopa baba yake japo
hajapatapo kumkaripia au kumpiga. Akimwona
ni kama kito thamini anachokipenda. Kizuri
kukitazama lakini hawezi kukichezea.
Akimwangalia ndani ya kanzu yake nyeupe ya
melmeli au ya doriya 'hatui nzi' na ile harufu
ya haluudi safi anayonukia kila wakati, ni kweli
hayo yakitosha kumfahamisha Fatma, kuwa huyu
si mtu anayeweza kumkumbatia au kumparamia
kucheza naye kama vile anavyomfanyia mama au
Hobo wake.

Kwa kukosa mtu ambaye wote wawili
wakimpenda sana, yaani Bi Asha, Fatma
alitamani sana ajue vipi kuuburudisha moyo wa
baba yake na pia yeye apate zaidi ukaribu wake.

Lakini Bwana Masoud aliijua mwenyewe dawa ya kumburudisha. Haijafika hata miezi sita tangu kufariki Bi Asha, Bwana Masoud alioa.

Siku ile Fatma baada ya kurejea skuli aliitwa na baba yake. Fatma kwa hamu akamwendea na akamkuta baba yake amekaa juu ya kiti na kiti cha pili amekaa mgeni wa kike karibu naye. Baada ya kuwaamkia, Bwana Masoud alimwambia, "Fatma nimekwita nikujuulishe mama yako mpya Binti Abdalla ...." Lakini hakuyasikia mengine aliyoendelea kusema kwani alihisi kama masikio yake yamepasuka kwa radi. Kwa kuogopa zisijulikane hisiya zake aliinama chini. Hapo macho yake yalipiga juu ya mguu mkubwa wa tende wa Binti Abdalla. Hicho ni kitu chake cha mwanzo alichokihifadhi. Kwa dakika alidawaa na yakasakama macho yake hapo mpaka akaona mguu umehamishwa nyuma ya mwengine kama unaofichwa. Tena naye akagutuka na kutanabahi si adabu nzuri kutazama zaidi. Badala yake akamwangalia usoni. Ulikuwa ni uso mpana wenye kovu nyingi za ndui na kuwacha vishimo vya duara vikubwa-vikubwa. Akinukia udi na haluudi na alijitanda kanga ya kisutu japo nywele zake zikionekana, pamoja na karatasi nyekundu na weusi alizojipamba katika matobo makubwa ya masikioni mwake. Amesuka usuluti kwa behedani ambayo iking'ara juu ya kipaji chake. Puani alivaa kipini cha yakuti na mikononi mabangili manene ya dhahabu. Rangi yake alikuwa ni mhadharani, mrefu na amejaa nyama kila mahala mwilini mwake.

"Oh! huyu ndiye Fatma!" Binti Abdalla alianza kusema "Naona hakukulanda hata kidogo Bwana, hakupata uzuri wako. Na mfupi kuliko Khadija japo ninafikiri marika yao moja." Bwana Masoud akamkata maneno na kumwambia Fatma, "Binti Abdalla ana watoto wake, bila ya shaka utafurahi kupata wenzako wa kucheza nao. Watakuja kukaa hapa."

"Tena wanapo pengine Bwana? Pangu miye ndiyo pao na hapa sasa ni pangu. Wanangu ni wako na mwanao ni wangu au sivyo Bwana?" Binti Abdalla alijibu.

Fatma hakuweza kutamka lolote bali alirejea chumbani na kujitupa kifudifudi kitandani.

Akawa analia kwa kwikwi. Hobo alitokea na akawa anamnyamazisha. "Usilie Fatma, mjukuu wangu. Baba yako ni mwanamume ni dharuri aoe, kwani anahitaji mke wa kumtazama na kumwuguza anapoumwa."

"Lakini mama maskini! ndiyo kesha msahau?" akawa anaendelea kulia.

"Haifai Fatma kumlilia maiti. Machozi yako yanamuunguza. Ni kama moto." Hobo alimwambia.

"Lakini siwezi kuyazuia." Alimjibu. Mradi muda si muda Hobo naye alichanganyika na wakawa wanalia pamoja.

Jioni ile Bwana Masoud alimjia Fatma na kumwambia, "Fatma, wewe utahamia kesho ghorofa ya kati kile chumba cha hayati bibi yako. Kwa sababu watoto wa Binti Abdalla tutawaweka huku juu, karibu na mama yao." Fatma alisituka na kudawaa na hakuweza kusema lolote.

Asubuhi na mapema, siku ya pili Hobo na Fatma walikusanya vitu vyao na kuhamia kati, kwa ukimya na unyonge. Chumba cha bibi yake Fatma kilikuwa ni kikubwa mara tatu kuliko chake. Kirefu, chembamba, kimejaa ghasia za vitu vya zamani na kutengwa upande karibu ya nusu ya chumba. Viyoo vyote vile virefu na vipana vilikuwa vimetiwa chokaa ili vihifadhike visiharibike. Mandhari mabaya kwa macho ya kitoto yalimzunguka Fatma na harufu ya ubaridi wa chumba kilichofungwa kwa miaka sasa. Fatma alitamani akimbie na apotee mwisho wa dunia. Ghafula ameichukia nyumba yao! Hobo alijitahidi kusafisha chumba na kuzidi kupanga vitu kwa uzuri lakini moyo wa Fatma ulijaa dhiki. Usiku ule kucha akigutuka kwa ndoto za mashetani na maiti. Ama akifungua macho kila kivuli kiliyopo akitasawiri ni shetani mbele yake huyo anamjia. Hofu na huzuni ilimjaa mpaka kukapambazuka.

Fatma alikwenda skuli na huku ana wasiwasi mkubwa labda shoga zake wanajua na wasije kumwuliza habari ya baba yake kuoa. Aliona ni kama aibu kubwa iliyotokea nyumbani kwao. Daima akitafahari juu ya wazee wake wawili walivyoshikana na kupendana. Kiasi ya juma nzima hakuwa na raha na kwa kila akiona wenzake wakicheka au kunong'onezana huhisi wanamcheka yeye au wanamsengenya. Akili ikimduru kila wakati na akawa hata hayamwingii ubongoni anayosomeshwa.

Matokeo ni makaripio ya mwalimu ambayo yakichomoa vilio vyake vilivyokuwa vikingojea sababu tu. Alijichukia hata nafsi yake na kujitenga mbali na wenzake. Akazidi kujiona mpweke na mpumbavu.

Bwana Masoud alimposa na kumwoa Binti Abdalla kwa kupewa fikira hiyo na bin ami yake 'Ami Salim', alipomwona ana huzuni ya kumkosa mke wake, Bi Asha.

Ama yeye mwenyewe Bwana Masoud hajapatapo kumwona Binti Abdalla wala hajui lolote lake. Lakini kama ilivyokuwa kawaida ya wakati huo, hayo si muhimu. Lililo muhimu mwanamume akioa, haoi mwanamke bali anaoa aila yake. Baba yake Binti Abdalla alikuwa mashuhuri mwenye cheo cha heshima hapo mjini. Ama mama yake alikuwa ni suriya wa kimanyema ambaye alimlandisha mwanawe Binti Abdalla mengi katika maumbile yake.

Binti Abdalla aliolewa naye mdogo sana, bali mumewe alikufa baadaye na kumwachia watoto watatu. Mkubwa wao ni mwanamume ambaye ni miaka kumi na sita kwa sasa, wa pili ni mwanamume pia wa miaka kumi na mitano na mdogo ni mwanamke wa miaka kumi na mitatu.

Bila ya shaka Binti Abdalla alikuwa akimjua vizuri Bwana Masoud kwa umaarufu wake mjini. Pia alikuwa akimwona daima kwa dirishani anapopita kwendea msikitini na hata pengine akimngojea apite apate alau kumwona. Kwa hivyo Binti Abdalla japo alibahatika na kuposwa na wanaume wengi baada ya kufa mumewe na wote akawakataa, bali alipoposwa na Bwana Masoud hakuchelewa kumkubali. Ni kweli Bwana Masoud alikuwa ni pande la bwana, mrefu, mzuri wa maumbile yake japo kwa sasa alikuwa ni mtu mzima.

Bwana Masoud na mkewe mpya baada ya kuoana walikwenda kukaa fungati huko Burudika kiasi ya juma mbili. Waliporejea Bwana Masoud alimwita Fatma darini kumjuulisha ndugu zake wepya yaani watoto wa Binti Abdalla. Mtoto wa kike ambaye jina lake ni Khadija alimfurahia Fatma na kujaribu kuongea naye. Yeye aliyepewa chumba cha Fatma.

Yule mkubwa wao yaani Ahmed alikataa kuhamia hapo na akataka kukaa huko huko kwa babu yake. Ama Salim, mtoto wa pili, alipata ugonjwa udogoni na aliathirika akili na hata baadhi ya viungo vyake hawezi kuvitumia uzuri. Huyo alipewa chumba huko darini karibu ya mama yake.

Khadija alionesha anataka upesi urafiki na akamwambia "Fatma njoo huku darini tucheze pamoja, sisi sasa ni ndugu ..." Lakini Binti Abdalla alimkata maneno na kusema, "Hebu tuachieni tustarehe, hatuwezi fitina za watoto, kila mmoja akae pake."

Khadija alikuwa bado hajatiwa skuli japo kesha hetimu msahafu. Binti Abdalla alipoulizwa kwa nini? Alijibu "Bado mdogo, asije akaonewa na wenzake au walimu. Na ah! huko skuli atajifunza nini? ila labda umaluuni na uharibifu tu."
Lakini mwishowe alikubali alipomwona Fatma

anajua kusoma na kuandika. Ilikuwa ni skuli ya mwanzo kwa ajili ya watoto wanawake, iliyofunguliwa na Serikali. Ilianza kwa wanafunzi kumi na sita tu. Lakini ilipoonekana faida yake kidogo-kidogo wazee walishajiika na wakazidi kuongezeka wanafunzi. Baadhi ya wazee mwanzo walipinga kuwatia skuli watoto wao wanawake lakini Bwana Masoud alivyokuwa mtamaduni na mtaalamu hakuchelewa kabisa kwa hayo. Kwa hivyo Fatma alipata fursa hiyo na hawezi kuisahau siku yake ya mwanzo aliyokwenda skuli. Ile furaha yake aliyokuwa nayo!

Fatma alivutika moyo wake kwa Khadija wakawa wanasikilizana sana. Mara kadha wa kadha Khadija huibia kwenda kati kwa Fatma kucheza naye. Mara nyengine humletea Fatma tunu za vyakula anavyopika mama yake kumuandalia mume wake Bwana Masoud. Binti Abdalla alipanga mpango wa kula yeye na mume wake peke yao bila ya mtoto yeyote. "Bwana hawezi ghasia za watoto." Hivyo ndivyo akisema.

Kwa hivyo watoto wake wakila peke yao huko juu na Fatma akila hapo kati.

Ni kweli Fatma aliona mabadiliko mengi ya maisha kwa ghafula tangu alipokuja nyumbani Binti Abdalla. Lile zogo la watu lilipungua sana na nyumba ilipwaya na kujiinamia. Wengi watumishi walihamia majumbani mwao huko Ng'ambo. Hata wakija, huja mchana kwa muda mfupi kuamkia, mmoja-mmoja tu na siyo mara kwa mara.

Binti Abdalla alikuja na wapambe wake wa kumtumikia. Hao walikuwa ni wepya kwa Fatma na hakuwazoea. Kwa hivyo aliona taabu sana kuwakosa wale mamama wapenzi aliowaona tangu kufungua macho yake ambao akiwaona ni sehemu ya wazee wake. Hakufahamu kwa nini lakini baadaye alijua ni kwa sababu hawakumpenda bibi mpya.

Siku moja Ahmed mtoto wa Binti Abdalla, ambaye tangu siku ya mwanzo Fatma alipomwona hakumpenda tabia zake, alikuwa mjeuri na hana adabu nzuri, alikuja chumbani kwa Fatma na akamkuta anachezea mabandia wake. "Loo! bado unachezea mabandia! Mama jitu zima, kesho kutwa utaolewa!" Alimwambia. Akaendelea kumfanyia tashtiti na kumcheka mpaka Fatma akaanza kulia. Mara Hobo alitokea na akawa anamgombeza na kujaribu kumtoa hapo chumbani lakini Ahmed kwa ujeuri alimwambia Hobo, "Uss, kizee wewe usiyokuwa na adabu. Unafikiri wewe nani hata unanikaripia?" Hapo Hobo hakujibu ila aliokota upepeo uliokuwepo akawa anampiga nao mgongoni kwa nguvu tena akamwambia "Usiyokuwa na adabu ni wewe sefle usiyolelewa na kama hujafunzwa na mamayo basi utafunzwa na ulimwengu. Nimekupiga na nenda kanichongee kwa huyo sefle mwenzako. Simwogopi yeye wala aliyemweka yeye." Ahmed alitoka chumbani na huku akisema, "Utaona kizee wewe."

Ama Hobo aliendelea kusema na kutukana, "Fujo moja kwa moja ndani ya nyumba tangu siku aliyoingia bibi huyu. Nyumba imekuwa haikaliki, watu wote wamejiondokea. Haitoshi kututawala yeye na sasa mwanawe pia. Ah! tumechoka saa! Bibi mchawi huyu!"

Fatma mara aliogopa "Mchawi?" Hobo akamjibu, "Si mchawi ni nani tena? Mwanamke kamtia mkononi Bwana na kawa kama aliyezugwa. Bwana kawa hatupitilii wala hatuulizi! Kabaki na huyo Binti Abdalla utasema ndiyo leo ameoa." Akaendelea Hobo kusema, "Naye ni mwanamke gani? Mwanamke kama jini, ukimwona alfajiri ujuwe siku yako yote ni nuhsi. Lazima ni mchawi! anamroga Bwana na kumtumilia miti shamba ..."

Kabla Hobo hajamaliza matusi yake wakawa wanasikia kelele zinazoshuka huko juu na sauti ya ukali ya Binti Abdalla, "Yuko wapi huyo asiyokuwa na adabu, mjakazi asiyokuwa na heshima. Anajifikiri nani yeye, yeye ni yaya tu ndani ya nyumba yangu."

Hobo kusikia hayo hakukasiri bali alitoka mlangoni na kumkabili Binti Abdalla na kumwambia, "Miye kweli ni mjakazi lakini si wako wewe kama alivyo mama yako mjakazi wa baba yako. Na ikiwa miye sina adabu basi na wewe pia huna adabu usiyemfunza huyo mwanao."

Hapo Binti Abdalla alimvuta Hobo kwa ghadhabu na kumpiga makofi ya uso. Kisha katika mavutano ya kupigwa na kujaribu kuhepa, useja wa marijani na siniguse wa Hobo aliouvaa shingano ulikatika na kuenea pote. Fatma alibaki kulia kwa uchungu hata hawezi kumwangalia Hobo wake. Akawa anaokota shanga za Hobo wake kwa unyonge mkubwa. Salama kubwa yalipotokea hayo Bwana Masoud hakuwepo nyumbani.

Lakini alipofika tu Binti Abdalla alimshitakia. Tena hapo Hobo aliitwa na Bwana Masoud na kutolewa makali. Lakini Hobo naye hakunyamaza bali alitoa joto lake la kifua na akasema yote anayoyataka. Bwana Masoud alizidi hamaki na kumwambia atoke ndani ya nyumba na hataki tena kumwona.

Hobo mbiyo alikwenda kuchukua buibui lake atoke. Fatma akawa anamzuia na huku analia, "Usende zako Hobo kwa ihsani yako, usiniache peke yangu." Lakini Hobo alikuwa mkali kama moto hasikii lolote ila anatukana moja kwa moja na huku anakusanya nguo zake.

Fatma hakuwa na ushujaa wa kumfuata Hobo kwa kumwogopa baba yake, lakini ndilo jambo alikuwa akilitamani kuliko lolote. Kwa hivyo Fatma aliyapokea maisha yake haya mepya ya kumkosa Hobo wake na wala hakujua nini la kufanya ila kusubiri kwa unyonge.

Fatma aliishi na mama wake wa kambo kwa kumwita 'Khaloo'. Ama kumwita 'mama' hakuweza, japo baba yake ndivyo alivyotaka na kila wakati humkumbusha.

Khadija aliendelea kuwa rafiki mwema wa Fatma na wakawa pamoja kila inapoyumkinika. Yule Salim alikuwa daima ni mgonjwa mgonjwa, hana afya nzuri na hakuweza kuchanganyika nao. Ama Ahmed alizidi kumuudhi Fatma kwa dhihaka zake na mpaka Fatma akawa akijua amekuja nyumbani hujificha chumbani kwake hapendi hata kuuona uso wake. Zaidi Fatma alimchukia Ahmed tangu siku ile aliyomsikia Binti Abdalla anamwambia Bwana Masoud, "Huyu Ahmed tutamuoza Fatma badala ya kumuoza mtu mbali." Bwana Masoud hakujibu ila alicheka tu kidogo.

Miezi michache ilipita tangu kuolewa Binti Abdalla na Ramadhani iliwasili. Khadija hajapatapo kufunga mwezi mzima. Kwa hivyo alimshikilia mama yake amwachie, "Fatma ni mdogo kuliko miye naye anafunga mwezi mzima." Akamwambia mama yake. Lakini Binti Abdalla alimjibu "Ya Fatma siyajui. Unataka uwe king'onda kama yeye? Na haraka ya nini? kufunga utafunga ukishabalighi. Sasa huna lazima."

"Lakini mama hata Ahmed ni mkubwa sasa na anaandikiwa dhambi, mbona pia hafungi mwezi mzima?" Alimwuliza. "Ah! huyo kanishinda tena! Hiari yake, ikiwa hafungi, ataona mwenyewe kwa Mungu wake!" Alimjibu. Mradi Khadija hakumsikiliza mama yake na akafunga mwezi mzima pamoja na Fatma.

Usiku ule wa kuamkia Sikukuu, Khadija alitiwa hina na mama yake. Ama Fatma kwa vile Hobo wake hayupo, hina iliyobaki kwa Khadija alijichora chora mwenyewe mikononi ndivyo sivyo. Binti Abdalla alimwambia Fatma akiamka asubuhi apande juu kuchukua kanzu zake mpya zitakazoletwa na mshonaji. Fatma alipanda juu kwa hamu na akamwona Khadija amekwisha jipamba kwa kanzu yake mpya. Kisha akamtia chumbani na kumwonesha kanzu nyengine tatu mpya. Fatma alizidi hamu na kuwa na haraka ya kuona na yeye nguo zake mpya. Kwa hivyo upesi alimwendea Binti Abdalla. Lakini alikuwa msalani akikoga, naye akamngojea nje ya mlango kiasi ya nusu saa.

Alipotoka, Fatma alimkimbilia mbio kumwamkia, na Binti Abdalla alimwambia "Umekuja kuchukua kanzu zako za Sikukuu? Mshonaji hajazishona. Ati kasema hakuwa na nafasi kwa ajili ya kanzu nyingi nilizompa kushona." Akaendelea "Hebu nipulizie moto humo chetezoni. Nataka upesi nifukize nywele zangu kabla Bwana hajarudi msikitini kusali Sala ya Idi." Alinyosha chetezo chake cha fedha kumpa Fatma.

Lakini kwa ule msituko wa ghafula wa kukosa kanzu mpya siku ya Sikukuu, hakujua vipi kumpokea chetezo, kwani alisitukia chetezo kimemdondoka mkononi na kaa la moto likamwangukia mguuni. Hapo alipiga kelele na akawa analia. Labda si kwa ajili ya kaa tu lilomwangukia mguuni bali lilikuwa ni kama lililomchoma moyoni mwake. Kukosa kanzu mpya siku ya Idi! Aliona ni jambo haliyumkiniki! Jambo halijapata kutokea kwake wala hata kwa mtoto yeyote wa kimaskini!

Hakunyamaza vilio vyake. "Eh si basi tena! Utalia kutwa leo? Ni vibaya kulia siku ya Sikukuu. Siku kama ya leo ya furaha kulia ni nuhsi. Hata hukuunguwa sana hivyo." Binti Abdalla akaendelea kumgombeza lakini Fatma alikuwa hata hamsikii kwa malio ya kelele alivyokuwa akilia.

Bwana Masoud aliporejea msikitini aliuliza "Bibiye kumetokea nini? mbona Fatma analia sana?"

"Ah! Bwana, kaungua mguu kidogo kwa kikaa cha moto. Sijui vipi mtoto huyu alivyolelewa, karegea kweli kweli. Hakuweza hata kunipokea chetezo! Kimemwanguka ati! na ndipo kijikaa kimemwangukia hapo mguuni. Si salama bado, tazama zulia langu la Ajemi lilivyoharibika." Bwana Masoud akasema "Haya basi Fatma nyamaza. Nenda kakoge uvalie nguo yako mpya. Wenzako wote wameshavalia na wanang'ara. Leo ni siku ya furaha, siyo ya kulia. Usiwe mtete."

Fatma aliinuka na kwenda zake bila ya kusema lolote. Alipofika chumbani kwake alichomoa maliyo yake na kumkumbuka mama na Hobo wake aliowakosa.

Hatimaye ilimjia fikira na kusema na moyo wake "Nitatoroka nende Ng'ambo kwa Hobo wangu na lolote litakalokuwa na liwe. Lakini nyumba hii siitaki wala siikai tena." Alingojea, na kujibanza nyuma ya mlango mpaka akamwona baba yake anashuka ngazi. Amekwisha valia nguo zake za rasmi - jokho na kilemba, jambia kiunoni na kitara cha dhahabu mkononi. Kama kawaida alikuwa anakwenda barazani kwa mfalme kumwamkia Idi, na kuonana na wenzake wengineo wanaokutanikia huko kwa hayo-hayo. Fatma aliona huu ndio wakati wa yeye kutoka nyumba. Alivaa buibui kukuu la Hobo aliloliacha kashani na pole-pole kwa hadhari asijulikane alitoka kwa mlango wa nyuma bila ya yeyote kujua.

Hobo alipomwona Fatma mlangoni mwake alisituka na kudawaa "Oh! mjukuu wangu kumejiri nini?" Alipiga kifua chake kwa mfazao mkubwa. "Ilikuaje? Nani kakuleta? Umekuja peke yako?" Mradi Fatma hakuweza hata kujibu lolote kwa vilio alivyokuwa akilia. Hobo akamkamata na kumpandisha juu ya kitanda chake kirefu cha samadari kilichokuwa na kibao katikati cha kukipandia. Tena akajaribu kumnyamazisha na kumpoza mpaka akatulizana. Baadaye akamtengenezea chai ya mkandaa ambayo anajua ndiyo Fatma anayoipenda. Pamoja na samaki wa kukaanga, mbaazi na vitumbua ambavyo vyote hivyo ni vya tayari huuzwa sokoni. Fatma alifurahi na vyakula hivyo na kuviona vina ladha kuliko vinavyopikwa nyumbani kwa hududi zote. Ama adhuhuri Hobo alimsongea ugali wa muhogo kwa mchuzi wa nazi wa papa mkavu. Chuzi zito-zito limekolea pilipili na malimao sawa-sawa.

"Oh! laiti ningelipata vyakula hivi siku zote." Fatma alisema na huku anaramba vidole kwa utamu. "Oh! mjukuu wangu hivi ni vyakula vya kimaskini. Lakini kwa vile najua unavipenda ndiyo nimekupikia. Au ningelikuchinjia japo kuku kwa vile leo ni Sikukuu, ikiwa mbuzi simudu." Hobo alimwambia.

Fatma aliwaza, 'Laiti ningeliishi daima

hapa hapa Ng'ambo nikala vyakula hivi maisha. Nikalala na Hobo wangu juu ya kitanda chake kirefu. Ningelikuwa hapana mtoto aliyestarehe duniani kama miye.' Lakini siku ya pili Hobo alisema na Fatma na kumbembeleza amrejeshe nyumbani. "Kwani mtoto wa kiungwana ni aibu kuwa mtoro." Alimfahamisha.

Kwa hivyo asubuhi ile alipika malimao ya kumkoshea nywele. Akamtia chooni na kumsugua vizuri ngozi ya mwili kwa kumbi na sabuni, hata Fatma akahisi inachubuka na kutamani kulia kwa masuguaji na maji ya moto makali. Bali Hobo alimwambia "Unaona! Kwa sababu siku nyingi sijakukogesha mwenyewe. Tazama mgongo unanata."

Kumaliza kubadili Fatma, mara walimwona Ba Almas – bawabu amekwisha fika, "Haya upesi Fatma twende zetu. Huko baba yako anawaka kama moto kwa ghadhabu na ameniambia nisirejee ila mguu kwa mguu pamoja na wewe." Kisha akamgeukia Hobo na akamwambia, "Ama mama wewe balaa lako si dogo, umekaa na mtoto wa watu kimyaaaa, basi Bwana anakwambia hataki tena kuuona uso wako maana wewe ndiye utayemharibu mtoto ..."

Hobo alimkata maneno na akamwambia kwa ukali, "Hapo hapo ulipofika funga mdomo wako au nitakupiga kwa mchi. Mtumwa wa Kizanda utaleta kheri gani! uliyokwenda kwa wazungu kujigomboa. Si uliukataa utumwa wewe, mbona umerejea tena utumwani kwa hao-hao bwana zako?" Akaendelea kumweleza "Miye simwogopi huyo bwana na siku yoyote nitapotaka kurejea nyumbani nitarejea. Huko ni kwetu tangu asili, wala huyo Binti Abdalla aliyokuja jana hana haki ya kunikata miye mbali na watu wangu. Atatoka yeye kabla yangu."

Ba Almas hakujibu neno bali alimtia mkononi Fatma na kutoka naye kwa uso wa ghadhabu. Fatma daima akimwogopa mtu huyu. Alikuwa ni jitu refu na mweusi kama mpingo. Macho yake makubwa ya makengeza yamekoboka kama kurunzi mbili. Ama sauti yake ni kama baragumu. Anapomgombeza Fatma ni kweli hutetemeka kwa hofu akahisi kama aliyopo mbele ya simba. Bwana Masoud alimchagua awe bawabu kwa kujua watu wote hapo nyumbani wakimwogopa, ila labda Hobo tu hakuwa akimwogopa.

Walipofika nyumbani Ba Almas alimwongoza Fatma kwa baba yake. Akapiga mguu wake kwa nguvu juu ya ardhi kuashiria kuwa amekwisha tekeleza utumwa wake. Bwana Masoud hakusema kitu bali alivuta shubakani khenzerani yake na akamcharaza Fatma mpaka akawa anahisi atazimia na huku akisema "Nimetubu baba, nimetubu sifanyi tena."

Wala hakutokea yeyote wa kumwombea japo Binti Abdalla alikuwepo karibu hapo akipanga kanga zake kashani. Mwishowe Bwana Masoud alipochoka kupiga akamwambia "Baada ya leo nataka ujue huwezi kufanya tena jambo hilo ulilofanya."

Fatma alijikokota mpaka chumbani kwake na kujitupa kitandani, akawa analia peke yake mpaka usingizi ukamchukua. Alipoamka alifahamu hathubutu tena kufanya hayo aliyoyafanya na hata kosa lolote dogo. Ilikuwa ni mara ya mwanzo katika maisha yake kupigwa na baba yake na pia kwa mara ya mwanzo alimwona baba yake kwa sura nyengine kabisa siyo ile aliyokuwa akimwona kabla.

Maisha aliyapokea vyovyote yanavyokuja bila ya kufikiri yawe vingine au bora. Muhimu asipigwe tena na baba yake.

SEHEMU YA NNE

Safari ya Burudika

Karibu usiku ule wote wa Alkhamis usingizi ulimruka Fatma, kwa kufikiri maisha yake yaliyopita na namna gani ghafula yalivyobadilika. Lakini kwa vyovyote ilimbidi aamke na mapema kujitayarisha kwa safari ya Burudika, akipenda asipende.

Siku ile ya Ijumaa baada ya chakula cha mchana, kiasi ya magari matano yalikuwa tayari kuwahamisha. Magari matatu madogo na mbili za matwana. Hizo matwana pia zilipakia watu na kipaani magodoro na mabahasha ambayo yakipita kuporomoka njia nzima na kubidi kusimamisha magari kila baada ya kidogo.

Gari zilipowasili hapo Burudika, wakaazi wote walijumuika na kuwakaribisha wageni kwa furaha kubwa. Karafuu zilikuwa zimeshaanza kudondolewa mitini, kwa hivyo baadhi ya wachumaji walikuwa wamekwisha fika. Kabla ya magharibi kuingia mataa ya makarabai yalikuwa tayari yameshawashwa. Mahala pote pakawa panang'ara kama wapo mjini. Usiku ule kulichemshwa muhogo, chakula chepesi kupika kwa ajili ya watu wote, na nyama ya kukausha iliyopikwa mbele mjini.

Ilivyokuwa nyumba ya Burudika si kubwa kama ya mjini, Khadija ilimbidi agawane chumba na Fatma, jambo ambalo wote wawili walifurahi kuwa pamoja.

Walichelewa kulala usiku ule wa mwanzo kwa sauti za mabundi na makelele ya makomba waliokuwa juu ya mpapai uliyo karibu na dirisha lao. Walilala kwa saa chache tu na mara wakaamshwa na muadhini ambaye ni karani mpya mwenye sauti kali. Hapo hapakulalika tena bali iliwabidi na wao wainuke kusali. Ama uwanjani nje ya nyumba, baada ya muda mfupi walijumuika wakaazi wa mtaani kusali jamaa.

Imamu wao siku ile alikuwa ni Ami Ismail, karani mpya, badala ya mwenyewe Bwana Masoud, ambaye kwa kawaida yeye daima anasalisha anapokuwepo. Baada ya sala na watu kutawanyika Khadija na Fatma walitoka kwenda kuokota embe za shomari wanazozipenda kwenye muembe mkubwa uliyokuwepo karibu na nyumba yao. Walipofika hapo walimwona mtoto mwenye umri kama wao, naye pia kaja kuokota embe. Upesi aliwakabili kwa furaha na kuwaambia, "Hamjui vipi nilivyokuwa nina hamu ya kukuoneni! tangu siku niliposikia mtakuja Burudika. Miye ni Raya Ismail, mtoto wa karani wenu mpya."

Alionesha ni mtoto bashashi na yu tayari kufanya urafiki nao. Kwa hivyo waliacha kuokota embe na wakawa wanaongea na kucheka, kama marafiki waliokuwa wakijuana zamani. Hatimaye aliwaaga na kuwaambia "Nikipata fursa nitakutembeleeni, Inshalla."

Alasiri ile Binti Abdalla na watoto wote walikuwepo hapo bustanini, Binti Abdalla amekaa juu ya kikao cha chuma anasuka ukili wa kawa lake. Fatma na Khadija wakitilia maji bustani iliyodhoofika kwa vile siku nyingi hapakuwa wa kuishughulikia. Salim alikuwa hana la kufanya ila alikaa kimya karibu na mama yake akifonza vidole vyake. Ama Ahmed, sasa inapata mwezi hayupo, amepelekwa kusoma Bara Hindi. Mara walisikia kelele za mabishano penye lango la chuma la bustani.

Mzee Hasani akisema, "Toka hapa, unataka nini? Kakwita nani?" Hapo Binti Abdalla aliuliza "Nani huyo anayetaka kuingia ndani, Hasani?"

"Huyu mtoto wa kike Bibie, mtoto wa karani wenu mpya, Ismail. Ati anasema kaja kuuza asumini." Alijibu.

"Asumini? Miye ninazitaka hizo asumini. Hapa miti yote imedhoofika haina asumini. Mwache aingie." Binti Abdalla aliamrisha. Na kabla hajamaliza maneno yake walimwona huyo Raya anawajia mbio-mbio na kijaluba chake cha asumini kakikumbatia kifuani mwake kwa furaha. Raya alipotaka kuubusu mkono wa Binti Abdalla aliurusha mkono wake kuonesha kama hataki kuguswa naye. Akaanza kumdadisi kwa masuala kadha wa kadha hata ile sura ya furaha ya Raya aliyokuja nayo ilibadilika. Ama asumini alizinunua zote baada ya kuzishusha bei mara mbili chini. Hapo ndipo Raya aliweza kupata fursa ya kuongea na wenzake na kuzidi kujuana nao.

Siku ya pili Binti Abdalla alimwita Fatma na kumwambia atoe sadaka za kanzu kumpa Raya. "Maana vimo vyenu ni sawa-sawa. Kanzu za Khadija zitakuwa refu juu yake." Fatma alipotoa kanzu mbili Binti Abdalla alimwambia, "Loo! Ama mtoto wewe bahili! kanzu mbili tu? Na tena kwa nini ukatoa hii kukuu? Nenda kalete nyengine zilizo bora, na pia ile nyekundu yenye viua vidogo-vidogo vyeupe. Hadi itampendeza Raya mwenye sura jamili na hasa vile weupe wake wa wekundu, si wa kimanjano."

Fatma alihisi kama aliyepigwa ngumi ya mgongo. Akageuka na kumwuliza, "Ile kanzu yangu mpya, niliyosema ninaipenda?"

"Ndiyo, tena vipi unataka umpe makanzu usiyoyapenda?" Fatma hakuweza kusema la kuzidi ila kutii aliyoambiwa.

BintiAbdallaalimpendaRayanaakamwachia kuja kucheza nyumbani. Alimwambia mume wake, "Mtoto huyu hadi mzuri natamani akiwa mkubwa nimwoze Salim."

Bwana Masoud alimjibu "Lakini Bibie, hali ya Salim si nzuri." "Bila ya shaka ni bahati yake yeye Raya kitoto cha kimanga cha karani akapata kuolewa na Salim mwenye asili na fasili." Bali bwana Masoud alinyamaza na hakumjibu kitu.

Raya alikuwa akiishi na mama, baba, na dada ambaye mwenye umri wa kiasi ya miaka kumi na mine. Jina lake Moza. Yeye alikuwa anatawa hendi kisimani wala msituni kuokota kuni. Aliwahi kuposwa na mtoto wa mjomba wake. Lakini baba yake hakupenda kumuoza kijana huyo ambaye kazi yake ni kumsaidia baba yake, mwenye kiduka chake cha vifao vya nyumbani hapo mtaani. Ni kweli japo walikuwa ni jamaa wa kabila moja na hata walihamia pamoja kutoka Arabuni, kiasi ya miaka tisa iliyopita, lakini Ismail alimpendelea mwanawe amuoze bwana mwengine tajiri. Aliyetoa mahari makubwa, mwananchi maarufu wa zamani na mwenye shamba ubavuni wa Burudika, japokuwa ana wake watatu na watoto si kidogo.

Mama yake Raya alikuja kuwaalika arusi Binti Abdalla na watoto. Binti Abdalla alisema "Kaja kunipa heshima, anajua vizuri miye si mtu wa kwenda arusi za watu kama wao." Khadija aliogopa na akamwuliza, "Jee vipi mama? Sisi utatuachia twende? Hadi tunatamani."

"Ilivyokuwa bado hamjawa wanawari wa kutawa mnaweza kwenda mkitaka. Nitamwambia Salima na mumewe wakupelekeni."

Walikwenda arusini kwa hamu na furaha. Walipofika walikuta Bi Arusi ndiyo kwanza anapelekwa chooni kukogeshwa kwa ile nyimbo maarufu "Bibiye ingile chooni koga kwa marashi uvumba na udi, Oya..." Hapo wote walikuwa wakiimba na kuitikia kwa makofi na vigelegele. Alikogeshwa na somo na wasaidizi wake. Somo alikuwa ni jirani yao aliyowakaribisha kwa wema tangu walipofika hapo kutoka Arabuni na wakawa kama ndugu.

Bi Arusi alipotoka chooni alikuwa amebebwa mgongoni na somo yake, amefunikwa kitambi cha zari haonekani. Mara somo nusura aanguke! Lakini waliyopo wakamzuia. Jasho la uso likimtoka na huku anacheza na Bi Arusi, kwa kufuata mdundo wa ngoma na nyimbo, na huku wakimtunza kwa kumtia pesa mdomoni.

Baada ya muda, Fatma na Khadija waliitwa kumwona Bi Arusi.

Alikuwa amewekwa kati ya kitanda amefunikwa uso kwa kitambi kizito cha zari na kainama chini. Uso haonekani bali mikono na miguu ikionekana. Imepakwa wanja na hina iliyokoza vizuri na kwa nakshi ya kupendeza. Bi Arusi na pia chumba chote kikinukia udi, asumini na uturi.

Hoihoi zilizidi hapo uwani na mara wakaisikia ile nyimbo ya kienyeji ya kuingilia Bwana Arusi. "Mame mwari njoo nikaule, nikaule mgeni kangiya ..."

Fatma na Khadija walijibanza pembeni na Bwana Arusi akaingia chumbani.

Alikuwa akionesha ni mkubwa kuliko Bwana Masoud. Ndevu zote ni nyeupe, hajavaa miwani bali jicho moja ni pofu. Uso wake hakuonesha hisiya yoyote, ya furaha wala ya huzuni, japo watu wote hapo yaani wanawake waliyomzunguka wakimsherehekea na kumfurahia.

Raya aliwanong'oneza wenzake "Maskini ndugu yangu namwonea huruma kuolewa na mume kama huyu!" Ni kweli bahati ya Moza ilikuwa ni mbaya, kwani haikuchukua hata mwaka, huyo mume alikufa kwa ugonjwa wa moyo. Aliacha watoto wanane na wake wane, pia na madeni chungu nzima.

Ikabidi mali yake yauzwe yalipe madeni. Ama Moza alirejea kwa baba yake maskini kama alivyokuwa, bali ana mimba ya miezi minane.

Baada ya mwaka, Fatma na Khadija walimzuru Moza. Alionesha uso wake umechangamka sasa kuliko siku ile ya arusi alipokua akilia kwa siri, amefunikwa gubi-gubi chini ya kitambi cha zari. Raya aliwaambia kwamba Moza hakumpenda mume wake hata kidogo. Bali sasa kafurahi na anatumai ataolewa na yule kijana jamaa yake. Lakini hata hayo hayakuwa kwani huyo kijana alioa kwengine kwa ari ya kukataliwa mwanzo.

Baada ya miezi mitatu waliyokaa Burudika na mavuno ya karafuu kumalizika, Bwana Masoud na aila yake walirejea mjini. Jambo muhimu kwa Fatma ni alifurahi sana kuona Hobo wake naye alirejea kukaa hapo nyumbani. Bwana Masoud alimpokea Hobo na kupuuza yote yaliyopita na ghadhabu za Hobo zilipowa. Alijua hawezi kabisa kuwakosa watu wake awapendao na hasa mjukuu wake Fatma. Lazima arejee nyumbani wakipenda au wasipende waliyopo huko, si muhimu hayo kwake wala hawajali. Kwa hivyo maisha ya Fatma yalitengenea.

Ni kweli Binti Abdalla mwishowe alitambua kuwa hana hila ila apunguze ukali kwa Hobo. Akawa anajitahadhari na kumheshimu akipenda asipende. Alifahamu huyu ni mzee hana budi katika nyumba hii aliyoolewa, endapo atataka kustarehe na mume wake. Kwa hivyo wote wawili na watoto wote walitulizana na pakawa hapana machuki na magomvi ya kuzidi. Na maisha yakatengenea kwa wote.

SEHEMU YA TANO
Rai za Binti Abdalla

Binti Abdalla alipoona mume wa shoga yake 'Bibi wa Kajificheni' amenunua gari alimshikilia Bwana Masoud na yeye anunue. Bwana Masoud alimwambia, "Nimeishi miaka yote hii, sina gari na sikupata shida yo-yote. Mji wetu ni mdogo na karibu po-pote tunapohitajia kwenda tunaweza kupafikilia kwa miguu; kwa kukata njia na vichochoro tu. Badala ya kutafuta mabarabara ya kuweza kupita magari, ambayo hayatotusaidia zaidi kufika upesi tunakokwendea."

Binti Abdalla alimjibu "Ni kweli bwana, hapa mjini hatuhitajii gari kama ulivyosema. Lakini tutaitumia kwa kutembelea mashambani na watoto wetu. Na tena sasa ni wakati bwana na wewe ununue gari usishindwe na wenzako."

Lakini Bwana Masoud alimjibu, "Miye sitonunua gari kwa mashindano. Gari zote za kukodi ziliyopo hapo kituoni Darajani ni kama zangu. Kwani ninaiagizia tu wakati wo wote ninapoihitajia na nachagua niipendayo pamoja na dereva wake bila ya kuhasirika na cho-chote cha zaidi ya kodi ya hiyo gari. Lakini ikiwa Bibie unatamani tuwe nayo gari nitakuridhi mke wangu."

Kwa hivyo Bwana Masoud alinunua gari ya mwanzo katika maisha yake na ikawa tukio kubwa mno la furaha lililotokea hapo nyumbani. Ama Khadija na Fatma walifurahi sana na wakawa mara nyingi alasiri hasa siku za joto wanapata na wao fursa ya kutembelea mashamba yao na mengineo. Mandhari mazuri sana ya Unguja yao, ambayo walikuwa hawajayaonapo kabla, hasa yale ya ukingoni mwa bahari waliyaona sasa. Upepo safi uvumao pwani na sauti za mawimbi huwazidisha hamu wakatoka garini wakifika tu, na kufurushana ufukoni juu ya mchanga mweupe mno na nadhifu. Ni kweli mwenginepo mifuko yake huwa ina mchanga laini kukaribia kama unga.

Wakitazama mbele upeo wa macho ni bahari inanguruma na imetanda kifalme chini ya mbingu safi za kibuluu ya adimu peke yake. Ni mandhari adhimu kwa watoto ambayo ni taabu kuyasahau! Huko mara nyingi hupata kuokota kete nzuri-nzuri au makombe makubwa yenye rangi na umbo namna kwa namna na wakapamba vyumbani mwao kwa furaha.

Siku moja usiku Khadija alimchukua Fatma kwa 'khaloo' wake, ndugu kwa baba wa mama yake. Jina lake hasa ni Asma lakini zaidi akijulikana na wengi ni 'Bibi wa Kiponda' kwa sababu aliishi miaka mingi mtaa huo. Ama hayo hutokea hapo nchini kwa wengi yaani badala ya kuitwa mtu kwa jina lake huitwa kwa mtaa, shamba au hata mji aliyokuwa akiishi kwa muda mrefu.

Walikwenda huko Kiponda kwa sababu ya kutazama 'Jauseni' inayopita mbele ya nyumba, kila mwaka katika mwezi wa Kiarabu uitwao 'Muharram' alipouliwa mjukuu wa Mtume Muhammad (S.A.W.). Kikundi maalumu cha Waislamu hapo mjini hujikumbusha msiba huo kila mwaka kwa kupanga mipango maalumu na kupita baadhi ya njia kwa kupiga vifua na kama hayo.

Usiku huo nyumba ya Bibi wa Kiponda hujaliwa na wageni na madirisha yote ya nyumba yake kubwa, yakajaa watu kuchungulia inapopita hiyo 'Jauseni.' Hilo ni tukio mojiwapo kubwa kwa machache yatokeapo hapo mjini kila mwaka na watu wengi hulikimbilia kulitazama. Fatma alifurahi kuiona mara ya mwanzo 'Jauseni' na pia alifurahi kumwona mtoto wa Bibi wa Kiponda aitwae Zuwena, ambaye karibu atatiwa arusi.

Zuwena aliposwa miaka mine iliyopita na akatolewa mahari wakati umri wake alikuwa miaka hedashara. Mchumba ni mtoto wa tajiri mmoja wa Pemba, kisiwa-ndugu na Zanzíbar, anayejulikana kwa jina la bwana wa 'Bwagamoyo'. Bwagamoyo ni shamba lake maarufu na ndipo anapoishi. Wazee waliwafikiana waitie arusi baada ya miezi miwili yaani mfunguo sita, mwezi aliozaliwa Mtume Muhammad S.A.W.
Kwa hivyo Binti Abdalla na ndugu yake Bibi wa Kiponda na baadhi ya mashoga zao tangu sasa wakikutana kwa kupanga mipango ya arusi.

Walikata shauri arusi iwe siku saba. Ianzie siku ya kutwanga buni, tena siku ya kusingwa Bi Arusi, siku ya kupakwa hina, siku ya kuingia nyumbani yaani siku ya Bi Arusi kuonana na mumewe, siku ya Bi Arusi kuoneshwa mbele za watu, siku ya shinda ya kukaribishwa wazee wa Bwana Arusi, na mwisho siku ya kupelekwa Bi Arusi kwa mume wake.

Bila ya shaka mbali mipango ya kutengeneza nguo kadha wa kadha za Bi Arusi zitazohitajia kuvaa siku hizo. Ama kivazi cha kijani walipanga kiwepo kwa ajili ya usiku wa akdi wa kuonana na mumewe. Na kivazi cheupe kiwe siku ya kuoneshwa watu huyo Bi Arusi. Iliwabidi pia wapange sherehe gani ya kienyeji iwepo katika kila siku hizo. Kama vile Maulidi ya Homu siku gani? Lelemama, Bomu, Unyago, Kunguwiya, Tarab na kama hayo. Pia walitoa 'sare' yaani kivazi cha namna moja wote wavae wanaohudhuria katika baadhi ya sherehe hizo.

Binti Abdalla alivyokuwa yeye ni somo wa Bi Arusi, alichukua masuuli yake ya kupeleka sanduku la somo na kutia kila kinachopasa cha umaridadi. Kama vile mauturi, udi, sandali na vingi vinginevyo vinavyohusu uzuri wa ndani wa Bi Arusi.

Akashughulika siku kadha kabla ya arusi kufukiza kivazi cha kulalia maarusi yaani kanga zao na hata mashuka yao ya kulalia. Kadhalika Binti Abdalla alijitolea kumsaidia nduguye kupika vyakula vyote vikavu vya mbele ya kahawa kama vile bakalawi, vileja, kashata za lozi na visheti, yaani vyakula vinavyoweza kutengenezwa na kukaa tayari, kabla ya arusi. Binti Abdalla ilimbidi amwombe Hobo amsaidie kusimamia wapishi kwa sababu Hobo alikuwa ni bingwa kwa mapishi hayo. Ameyaona yakipikwa hapo nyumbani zamani na akafunzika tangu naye angali mdogo.

Ama mume wake Bibi wa Kiponda tangu alianza kulalamika kwa mapesa yanayomtoka kwa ajili ya arusi, mwishowe katikati ya arusi aligombana na mkewe na akatoka nyumba kabisa. Hapo Bibi wa Kiponda akawa hana hila ila aitie rahanini nyumba aliyorithi kwa mama yake, ili apate kumaliza arusi iliyopangwa zaidi na nduguye Binti Abdalla.

Ni kweli arusi ilikuwa ya heko nchini 'Ya asiye mwana aeleke jiwe' na watu wengi walialikwa wa Pemba na wa Unguja. Ama Fatma naye alipata fursa nzuri kwa tukio hili kubwa la furaha linalohusu nyumbani kwao. Akachanganyika na kushuhudia mengi ya furaha ambayo hajayaonapo kabla. Ikawa ni kipande cha maisha yake ya raha ambayo daima akiyakumbuka.

Arusi ilipomalizika, Binti Abdalla alimpa habari nduguye kwamba mume wake Bwana wa Kiponda ameoa kwa siri na akamnasihi aachwe. Lakini Bibi wa Kiponda alimjibu, "Hapa nilipo nimekwisha jichokea na ni mtu mzima. Watoto wangu wote wakubwa. Nirejee tena kwa wazee? Nimepoteza nyumba yangu na sasa nivunje pia nyumba ya watoto wangu? Itakavyokuwa, miye ndiye mkosa kwa kutaka makubwa kwa mume wangu asiyoyamudu. Na sasa nisikose 'mtoto na maji ya moto'."

Binti Abdalla alihamaki na kumwambia,

"Wewe huna ari, naona aibu kuwa wewe ni ndugu yangu, sijui umelanda wapi tabia hiyo, labda upande wa mama yako."

Kwa hivyo mtu na nduguye walikhasimiana mwishowe. Ama Bwana wa Kiponda alirejea kwa mkewe na wakapatana. Ila alipanga zamu ya kulala siku tatu Kiponda na siku tatu nyengine Malindi kwa mke wake mpya.

SEHEMU YA SITA

Uwanawari

Miaka ilipita na sasa Fatma na Khadija wamekwisha kuwa wanawari. Khadija alikuwa miaka kumi na mitano na Fatma karibu atatimia miaka kumi na mine.

Walitokea kuwa ni vijana wa kupendeza na kwa kila mmoja ana uzuri wake. Khadija alipata rangi ya mama yake na pia nywele zilikuwa ngumu. Lakini uso na pia pua na mdomo alimshabihi baba yake aliyekufa. Ama Fatma ambaye bibi yake alikuwa ni suriya wa Kigurugia, yaani ni mwenye kabila mojawapo za Kizungu zilizokuwa zikinunuliwa hapo visiwani, alipata rangi nyeupe, macho na nywele za kahawiya kama bibi yake. Wakawa wawili hao wana uzuri mbali-mbali, bali ni kama wengi waliyokuwepo hapo nchini. Yaani karibu kila mmoja ana rangi yake na uzuri wake japo mara nyengine ni ndugu. Yote hayo ni kwa ajili ya mchanganyo wa damu uliyokuwepo.

Ni kweli ni kitambo sasa Khadija na Fatma

wameshazoea kujitanda mitandio ya kufunika vichwa vyao na vifua. Kadhalika kuvaa mabuibui na kufunika nyuso zao wanapotoka nje. Aidha kutawa na kutoonana na wanaume wanaoweza kuwaoa. Anapokuja mgeni wa kiume lazima wao wakimbie na kujificha vyumbani wasionekane. Ama kwenda skuli, kwa amri ya Binti Abdalla walitolewa na wakati mwingi wakawa hawana kubwa la kufanya. Mchezo wao mara nyingi wanapojificha vyumbani ni kumchungulia mgeni aliyekuja, baina ya milango miwili na kujaribu kumuiga au kumcheka.

Siku moja alikuja bwana mmoja mtu mzima. Alikuwa anasema kwa sauti ndogo na Bwana Masoud na Binti Abdalla. Walijaribu kutega sikio lakini hawakuweza kusikia. Khadija hakuridhika bali akabaki kujaribu hivi na hivyo asikie na mara ghafula mlango ulifunguka na Khadija na Fatma waliaibika. Ikawa tahayuri na aibu ambayo hawawezi kuisahau maisha yao. Bwana mgeni alisituka na hapo hapo aliaga na kwenda zake. Ama watoto walikaripiwa na kukaribia kupigwa kwa bakora. Binti Abdalla alivyohamaki aliwaeleza "Wanawari wa sasa msiyokuwa na haya! Zebaki za uso zimekutokeni! Vijiso vikavu vimeparama kama moto wa vifuu! Sisi zama zetu tulipokuwa wanawari tukisikia mgeni yeyote wa kiume au hata wa kike, mbio tunakimbilia mvunguni. Hata liwe joto vipi hatuthubutu kusema kwii! Tulikuwa na haya na tukiogopa kuwatia aibu wazee wetu."

Akaendelea kusema, "Na sidhani bwana yule mahashumu atataka tena kukuoa Khadija baada ya kuyaona aliyoyaona leo. Bahati yako umeshajiharibia! Na yote ni kwa sababu unapenda kumfuata huyu Fatma. Mchimvi mkubwa! Anajitia mnyonge na mkimya, mnafiki mkubwa. Mola atusitiri na fedheha!" Fatma alifikiri 'Hadi sipendi anaponiita mchimvi, jina ambalo hadi nalichukia.' Bali alinyamaza kimya na kuinama chini.

Fatma alizidi kuona unyonge sasa, kwa kumwona Hobo wake anavyozeeka na kudhoofika. Ukali wote ulimwisha na akabaki kulalamika kila wakati kwa ganzi ya miguu ilivyomshika.

Alfajiri ile Hobo aliamka kwenda msalani

kutawadha apate kusali na kwa vile alivaa viatu vya miti, alijikwaa kidogo na kibaraza. Kwa bahati mbaya alianguka na kichwa chake kikapiga marmari ya ardhini. Fahamu hakupata tena baada ya siku hiyo, na alipata kama ugonjwa wa kiarusi, ndivyo walivyomfikiria. Aliletwa tabibu wa Kiarabu mahasusi anayetibu maradhi ya Kiarusi. Fatma alimwuguza Hobo wake kwa imani na kumwombea madua marefu kati kati ya usiku. Lakini baada ya siku nne Hobo alifariki. Maziko yalihudhuriwa na rafiki wengi wa Bwana Masoud na akapelekwa kuzikwa Burudika kwenye kitalu cha makaburi ya aila yao. Kaburi lake lilikuwa ni ubavuni wa kaburi la mtoto wake Bi Asha.

Bila ya shaka huzuni ya Fatma ilikuwa kubwa mno. Kwani ameondokewa na mtu azizi kabisa. Mzee na mpenzi wa ukaribu naye kuliko yeyote mwengine. Aliyejaa moyoni na machoni kila siku ya maisha yake anayoyakumbuka. Ni kweli kuondokewa na Hobo wake Fatma alihisi mwanzo kama ndege aliyekatwa mabawa na hajui ataishi vipi. Lakini baadae kidogo na kwa

211

ile imani yake ya dini aliyokulia aliupokea msiba huu kwa subira kubwa. Akawa anajipoza moyo wake kwa kumtolea sadaka kila apatapo pesa na kumwombea Mungu amlaze mahala pema.

Kiu cha Elimu

Kama ilivyokuwa tabia yake, Fatma akipenda sana kusikia hadithi za wazee wake waliyohai na pia waliyopita. Mara nyingi akisikia namna gani aila yake walivyokuwa wataalamu. Jambo ambalo likimfurahisha mno. Ni kweli zama za wazee hao hapakuwa na maskuli wala viyuo vikubwa bali watoto wa kiume waliweza kuelimika misikitini na kuwepo nchini wataalamu wengi wa kusifika. Babu yake Fatma alifariki naye ni mwenye umri wa miaka thalathini na sita tu, bali alikuwa kesha andika vitabu kadha wa kadha vya elimu ya dini.

Ama baba yake, yaani Bwana Masoud, yeye alishajiika kupenda kusoma tangu angali mdogo sana pale mama yake Bi Zeyana akimsomea hadithi za "Alfu layla wa layla" kwa Kiarabu. Na mama yake alipoumwa, alihukumu ajuwe kuzisoma hadithi mwenyewe badala ya kusomewa. Yeye alitokea kupenda sana elimu ya lugha na akasafiri na kuzuru miji mingi ya Arabuni. Aliandika kitabu adimu cha lugha ya Kiarabu ambacho namna yake ni wachache, wa kuhesabiwa kwa vidole, waliyoandika kabla, duniani. Akawa pia mshairi hodari wa tungo za kidini.

Fatma alijisikitikia nafsi yake hasa aliposikia hata bibi wa baba yake alikuwa mtaalamu wa kufundisha dini wenzake tangu huko Arabuni. Kwani Fatma alitokelea kupenda elimu sana na kwa kila siku zikenda alijiona anazidi kuwa na kiu cha kutaka kusoma, lakini hakujua ataipata vipi elimu kwa vile alivyokuwa sasa ni mwanamwari na hata skuli amekwisha tolewa. Ni kweli baadhi ya mashoga zake walisafirishwa nje kwenda kusoma lakini Fatma alijua hayo kwa baba yake hawezi kuyapata hasa ilivyokuwa yeye ni mtoto wa kike. Japo baba yake ni mtaalamu lakini alionesha haamini kabisa kumtoa mtoto wa kike peke yake kwenda maghaibuni kutaalamu. Kwa hivyo kuipata elimu ya kweli Fatma alijua hiyo si ndoto tu kwake, bali aliona ni kama nyota inayomng'aria machoni mwake kwa mbali sana na hayumkiniki kwake kuifikilia kwa njia yeyote.

Kila akiangalia marafu ya vitabu vikubwa vikubwa vya Kiarabu ambayo akimwona baba yake akisoma hubaki kuyapapasa na kusema na moyo wake, 'Laiti na miye ningelipata elimu ya baba yangu au ya wazee wangu waliopita. Lakini hata kusema Kiarabu sijui! Vipi nitaweza kufahamu chochote kilichoandikwa vitabuni. Bora mashoga zangu wa kabila nyenginezo ambao wanajua kusema lugha ya asili yao.'

Ni kweli Fatma akiweza kusoma na hata kuandika Kiarabu. Bali elimu hiyo ni ya wengi sana hapo nchini. Waliyokuwa nayo ni watu wa kabila mbali-mbali ambao ni watu wenye dini moja ya Uislamu. Kusoma Kiarabu iliwajibikia kwa vile alau waweze kusoma Kuraani, hata ikiwa kikasuku. Na ni hakika vyuo vya Kuraani vilijaa mpaka mashambani tangu wakati huo.

Bahati mbaya ya Fatma kutojua kusema Kiarabu japo wazee wakijua, ni kwa sababu yeye ni miongoni mwa watoto waliozaliwa wakati ulipofika upeo wa raha na starehe za wazee katika maskani yao mepya. Walilelewa watoto na mayaya na kuzungukwa na watumishi kila upande. Lugha iliyohitajia zaidi hapo, ni lugha ya kufahamikiana na wengi hao waliowazunguka nayo ni lugha ya nchi – Kiswahili. Ambayo japo ni lugha iliyoingia maneno zaidi ya sittini katika mia kutokana na lugha ya Waarabu na ya Waislamu waliyokuwepo hapo kwa karne nyingi, yaani hata kabla ya ufalme wa Oman kuja na kuhukumu zaidi ya miaka mia mbili. Labda si ajabu wazee walipopowa hapo waliamini na kutosheleka kwa lugha yao hiyo mpya. Ndipo kidogo-kidogo haikuwahimu sana kusema na watoto wao kwa lugha ya asili yao ya nyuma yaani Kiarabu.

Lakini Fatma aliona bila ya lugha ya Kiarabu au lugha yoyote nyengine yenye vitabu muhimu vya elimu hawezi kufikilia popote. Kwa hivyo hakuwa analo la kufanya ila kuishi maisha ya uwanawari kama wengi wenzake. Ndoto zake za kutaka kusoma na kuwa mwandishi siku moja kama wazee wake, zilimfanya ajione ni kichekesho na kinyume na wenzake. Hakuweza kumtajia baba yake wala kumsimulia yeyote hata

Khadija. Miaka yao ilipita japokuwa si mingi bali wao waliiona mirefu sana. Hawakuwa na kazi maalumu au lolote la anasa la kuwashughulisha bongo zao.

Hawawezi kutoka kutembea wala kuwaona mashoga zao ambao na wao pia sasa wanatawa. Wakati mwingi walipoteza katika fikira za kutamani mabadiliko ya maisha tu. Wakiota na kupanga vipi wataweza kuishi maisha bora. Walifahamu hapana njia yoyote isipokuwa waolewe tu.

"Lakini miye sitamani kuolewa!" Fatma alimwambia Khadija.

"Miye natamani leo kabla ya kesho." Khadija alimjibu upesi upesi. Akaendelea kusema, "Kumbuka tutaweza kutoka kwenda mashughulini. Tutaweza kwenda maarusini na kujipamba na kujitia manukato. Hebu fikiri sasa tunaishi kama tumo gerezani. Hatuoni watu ila vile vibibi vizere vinavyokuja kumzuru mama. Hatusikii kwao habari zo-zote za furaha ila kulaumu huyu na huyo na kuwatolea watu makosa. Ah! Nimechoka na maisha haya!"

217

Fatma aliona maneno ya Khadija ni ya kweli lakini alifikiri, 'Mpaka leo simjui kijana wa kiume ambaye ninayeweza hata kuongea naye, kwa jinsi ninavyoona haya. Basi vipi nitaweza kuishi na mtu pengine simjui wala sijapata kumwona maisha yangu? Siwezi kutasawiri hayo!'

Khadija aliposwa na wanaume watatu lakini mama yake hakuwapenda na wote aliwatia illa mbali-mbali. Khadija husikia habari za posa zake baada ya mama yake keshazirejesha. Ama Fatma naye akiposwa sana lakini Binti Abdalla huzirejesha posa kwa kujibu kwamba, "Fatma ana mchumba wake bado anasoma Bara Hindi." yaani ni mwanawe Ahmed. Fatma akisikia hayo huzidi kuichukia hata ile fikira ya kuolewa. Akahisi ni bora achine na akae ujane maisha yake badala ya kuolewa na mtu anayemchukia.

Kwa bahati nzuri Bwana Masoud alitanabahi hatimaye na akamwambia mkewe, "Badala ya watoto kukaa bure ni bora tuwatilie mwalimu awafunze kizungu kidogo. Ni mwalimu wa Kihindi ambaye hata miye nilijifunza kwake

218

kabla. Yeye ni kijana mwenye adabu na heshima na ninamuamini kuwasomesha watoto wetu wa kike." Salama ni Binti Abdalla hakupinga sana na akaletwa huyo mwalimu.

Fatma alifurahi na kushukuru, sasa amepata fursa ya kusoma. Ikiwa hafahamu lugha ya Kiarabu, basi alau sasa atapata kujua lugha ya Wangereza, taifa inayosaidia kuihami nchi yao. Muhimu ni atapata kuelimika kwa kuweza kusoma vitabu muhimu kwa lugha hiyo. Kwa hivyo alijitayarisha kwa hamu kubwa na hayo.

Mwalimu alikuwa ni kijana mwanamume apataye umri wa miaka ishirini na mitano. Jina lake Abdulrasul. Alipewa chumba cha Salim kusomeshea, yaani huko darini, karibu na chumba cha Binti Abdalla ili aweze kuwapitilia kila wakati kuwaangalia. Masomo yalianza na Fatma alifurahi kuona anafaidika upesi upesi kwa mwalimu huyu hodari. Ama Khadija hakuonesha hamu yoyote ya kuanza tena kusoma. Alikuwa hamsikilizi mwalimu anachosomesha bali zaidi akimtulizia macho ya mapendezo na mshangao katika maumbile yake na katika kila harakati yake.

Mara nyingi Fatma alistaajabu na kutahayari kwa hayo, lakini alinyamaza.

Baada ya mwezi kupita, Khadija hakuweza tena kuficha hisiya zake bali alimwambia Fatma, "Sijapata kumwona mwanamume mzuri kama Abdulrasul, hadi ninampenda siwezi kujizuia."

"Kwani na wewe umewaona wanaume wangapi na kuwajua? Miye ninamwona ni mwalimu hodari na mwenye heshima. Ama huo uzuri wa maumbile wa kuzidi sijauona." Lakini Khadija alizidi kumtaja na kumsifu kila wakati kwa Fatma, mpaka wakafika kugombana na kununiana.

Mradi haukupita muda mrefu, Fatma wala yeyote hapo nyumbani hawakujua vipi mambo yalivyotokea bali walisitukia Khadija na Abdulrasul hawaonekani machoni. Oh! Kumbe wametoroka! na hawakujulikana walipokwendea.

Ilikuwa ni kombora na msiba mkubwa kwa Binti Abdalla. Alikaribia kufanya kichaa. Hakuweza kufanya lolote na kwa vile hakutaka aibu ienee zaidi, alinyamaza na kuvumilia kwa siri. Hakujaribu kumtafuta mtoto wake wala hakutaka kusikia lolote linalohusu hayo. Akahiari amfanye Khadija ni kama aliyekufa, hayupo tena duniani. Akabaki kumlaumu mume wake kwa siri kila wakati wanapokuwa wawili mpaka pakawa hapana tena raha na amani baina yao.

SEHEMU YA NANE

Kuhamia Burudika

Bei za karafuu na nazi zilibwaga sana na ikambidi Bwana Masoud aifunge nyumba yake ya mjini na ahamie Burudika, kwa kupunguza masarifu. Kwa hivyo walipohamia huko hata Binti Abdalla alitulizana kidogo na dhiki zake na akawa haijambo anaweza sasa kumstahmili Fatma. Vilevile alimwachia Raya kuja nyumbani kushinda karibu kila siku. Akawa Binti Abdalla akiwafunza kusuka ukili, kufanya makawa na hata mikeka. Raya alizidi kuwa mzuri na kuwa kijana mwanamke wa kuvutia macho na unapenda kumtazama.

Binti Abdalla alimwambia mume wake "Bora tumuwahi upesi huyu Raya tukamposee Salim kabla Ismail kumuoza mtu mwengine. Uzuri alionao, hasara mwanangu kuukosa! Sasa Salim anahitajia mke wa kumwangalia, miye ninakuwa mtu mzima sijiwezi." Bwana Masoud hakukasiri kwa ujumbe lakini badala ya kumposea

222

Salim alijiposea mwenyewe. Ismail alifurahi na hapo-hapo alikata shauri na akamleta Shekhe. Bwana Masoud akatoa kitita cha mahari mfukoni mwake na akaozwa Raya.

Aliporejea nyumbani na kumuarifu mke wake Binti Abdalla, ghadhabu zilimpanda na vilio visiyokuwa vidogo. Akadai hapo-hapo talaka na kwa siku hiyo-hiyo! Baada ya mzozano Bwana Masoud akawa hana hila ila amwache. Kwa hivyo siku ya pili ilipochomoza Binti Abdalla alitoka nyumba yeye na wapambe wake wote akarejea kwa wazee wake mjini.

Bwana Masoud alimchukua Bi Arusi wake mpya na kumleta kuishi katika jumba lake, bila ya kupoteza wakati na bila shangwe lolote. Ama Fatma alimpokea Raya kwa furaha na kuhisi amepata mwenzake anayempenda. Japo moyoni alimwonea huruma kuolewa na mtu mzima. Bali Bwana Masoud alikuwa hodari kuufunika uzee wake kwa Raya. Alimchangamsha na kumfurahisha kwa kumnunulia kila cha tunu na tamasha na akaweza kumfuta machozi ya ujana ambayo labda angelikuwa nayo.

Raya aliishi maisha yake hayo mepya ya raha na utajiri ambayo hajapata kuyaona kabla, na akawa hana wakati wa kuwaza na kujitia huzuni. Zaidi alifurahi kumpata Fatma, kijana mwenzake karibu naye ambaye alimfanyisha asihisi unyonge wala upweke. Bali daima walikuwa wakifurahi na kucheka, na kuendesha mambo ya nyumba pamoja mkono kwa mkono.

Ni kweli mahoma ya Malaria ya mara kwa mara hasa kwa wakaaji wa mashambani siku hizo hayakuwaacha kuwataabisha watu. Lakini na baada ya hayo Bwana Masoud alijitahidi kuiangalia vizuri aila yake na watumishi wake kwa chakula, madawa na vyandarua kama inavyohitajia. Hewa safi nadhifu ya shamba ilizidi kuwasaidia siha zao na wote wakaishi hapo Burudika kwa utulivu na starehe ya kupowa nyoyo zao.

Baada ya makazi ya kuangalia mashamba yake, Bwana Masoud aliwafungulia chuo hapo nyumbani kwake wakaazi wa mtaani. Akawa anawapa darasa za dini muda wa masaa matatu ya asubuhi karibu siku zote. Akatokea kupendwa sana na kujulikana kwa jina la Shekhe wa

Burudika, hata kwa wakaazi wa mashamba ya mbali ambao waliyokuwa wakija kujifunza kwake elimu ya dini. Yeye mwenyewe akihisi hili ni jambo limemuwajibikia, kuwaerevuwa Waislamu wenzake katika dini yao. Alijitahidi sana kwa hayo. Kadhalika kila Alkhamis hakukata pia ile kawaida yake ya kufanya Maulidi, na kuwajumuisha pamoja wanafunzi wake katika furaha.

Miaka kadha ilipita na Fatma bado hajawakubali waume wote ambao ni wengi waliomposa. Bwana Masoud alipata barua kutoka Oman kwa ndugu yake kwa baba aitwae Ali. Ilikuwa barua ya kumjulisha kwamba mwanawe mwanamume Said anakuja kutembea hapo visiwani, kwa vile anatamani sana kujua aila yake ya huko.

Mama yake Ali alipoachwa na baba yake Bwana Masoud aliolewa tena na mtoto wa ami yake mwengine. Kama desturi ya ukoo huu, daima wakipenda kuoana wenyewe kwa wenyewe, hasa mtoto wao wa kike haolewi kabisa na mtu wa mbali. Ama wanaume hutokea kwa nadra kuoa nje ya ukoo wao, kama vile babu yao mmoja alimuoa mtoto wa 'Mwinyi Mkuu' na kupata dhuria naye.

Mama yake Ali alipata baridi yabisi na akataabika sana. Matabibu walimnasihi mume asafiri naye penye hewa kavu. Kwa hivyo walihamia Oman pamoja na Ali, mtoto wao. Baada ya miaka huko, Ali naye alioa na Mungu alimruzuku watoto watano na mkubwa wao ndiye huyo Said.

Bwana Masoud alimpokea kwa furaha kubwa Said na akampa nyumba ndogo mojiwapo za wageni akae. Bwana Masoud alitokelea kumpenda na kumzoea mbio-mbio huyu mwana wa nduguye.

Said alikuwa ni kijana wa umri wa miaka ishirini na tisa. Hodari wa kazi na mwenye akili nzuri. Amesoma vizuri lugha ya Kiarabu. Akawa anamsaidia sana Bwana Masoud katika mambo yake mengi, na hata katika kuangalia mashamba. Said alitokea kumpenda sana ami yake na kupenda maisha ya Burudika. Ama Bwana Masoud kwa vile hana mtoto mwanamume, hatimaye sasa aliona amezaa mtoto wa kiume kwa jinsi alivyotokea kumpenda. Kwa hivyo akawa kila Said akitaka kurejea Oman ami yake humzuia akae zaidi.

Siku moja Bwana Masoud alikwenda mjini na akamwacha Said kuangalia nyumba na waliyopo. Alasiri Fatma na Raya walitoka nje kupunga upepo chini ya muembe kama desturi yao mara nyingi. Aghlabu hupanda pembea iliyofungwa hapo na wakasukumana kwa zamu. Kwa bahati mbaya siku ile Fatma alipopanda pembea na kabla hajakaa vizuri juu ya bao lake, Raya alianza kuisukuma pembea na Fatma akaanguka chini. Alipotaka kuinuka hakuweza kwa maumivu aliyokuwa akiyaona. Kwa hivyo Raya mbio alikimbilia nyumbani kutafuta msaada. Mtu wa mwanzo alimwona Said na alipomweleza yaliyotokea, naye upesi alikimbia kwenda kusaidia.

Japo ilikuwa hawajapata kuonana Fatma na Said kabla, na hapo ni mara ya mwanzo. Said hakusita wala kuchelewa bali alimbeba Fatma kama kitoto kidogo na kumleta mbio mpaka chumba cha baraza. Kisha aliuangalia vizuri mguu na akajua yakini haukuvunjika bali umeteteteka

227

tu. Tena akatengeneza kumfunga kitata cha unga na ute wa yai, bila ya kusema maneno mengi japo kwa wakati huo alikuwa akiweza kusema Kiswahili kidogo-kidogo. Raya alimshukuru sana kwa yote tena akamsaidia Fatma kumpeleka chumbani kwake ili kupumzika.

Usiku ule Fatma hakupata usingizi upesi kwa yaliyotokea. Alikuwa hajui alie au acheke kwa tahayuri aliyoiona siku ile. Aliona ni mambo makubwa sana yaliyotokea katika maisha yake. Yeye haonani na kijana mwanamume yeyote kwa vile bado ni mwanamwari. Wala mwili wake haukupata kuguswa na mwanamume yeyote! Na ah! Leo amebebwa mzima-mzima na mwanamume. "Hadi siwezi kusahau kwa haya nilizoziona leo!" Alijiambia.

Said na Fatma wanaishi nyumba moja na ni mtoto wa ami yake lakini hawakupata kuonana uso kwa macho. Fatma husikia tu habari zake mara nyengine kwa Raya kwa sababu yeye Raya, Bwana Masoud na Said hula pamoja chakula cha usiku.

Fatma alipowa mguu wake upesi-upesi

bali yaliyotokea hayakupotea machoni mwake. Badala ya haya siku ile aliyokuwa akiziona, akawa sasa anafikiri matokeo yale kwa kicheko cha siri-siri peke yake. Ama sura ya Said ilimjaa machoni mwake na kukumbuka kila harakati zake za siku ile. Ama ni kweli alijiambia "Sijapata kumwona kijana mwanamume aliye mzuri, mwema, hodari kama Said. Yote yaliyotokea ni hikima na mipango ya Mola wangu kwa kuniletea Malaika huyu machoni mwangu nimwone kwa mara ya mwanzo."

Fatma alianza kupenda kusikia habari za Said na akawa kila asubuhi huuliza kwa Raya. Furaha yake kubwa sasa akitokelea kumwona Said japo kwa mbali au kwa vikurukiani dirishani. Kwa mara ya mwanzo alijiona anahisi furaha geni moyoni mwake ambayo hajapata kuihisi kabla. Akawa hana fikira nyengine za kupoteza wakati wake ila kumfikiri Said. Hatimaye alitanabahi na kufahamu kuwa anampenda, kwani aliona hajapata kuhisi hisiya hizi kabla, kwa kijana mwanamume yeyote mwengineo. Aliona ni mambo mageni na mepya kabisa kwake yaliyompata, na kujionea haya nafsi yake. Hakuweza kumweleza yeyote hayo hata msiri wake Raya kwani aliona ni kama aibu au ni wazimu kumpenda mtu ovyo bila ya sababu yoyote. Said si mume wake wala si mchumba wake. Bali kila siku zikenda alijiona anampenda zaidi na zaidi, na hawezi kabisa kuzuia moyo wake. Akawa amebaki kumwomba Mungu alete miujiza tu.

Miezi miwili ilipita na usiku ule Bwana Masoud alimwita Fatma pekee chumbani kwake. Akamwambia, "Nimekwita nikwambie kwamba Said anataka kukuoa basi unasemaje?" Kuambiwa hayo Fatma aliona kama yumo ndotoni na maneno aliyoyasikia hajayasikia vizuri. 'Haiwezi kuwa. Haiwezi kuwa wala siwezi kuamini.' alijiambia. Alipigwa na bumbuwazi na kama aliyefungwa mdomo akawa hawezi kusema kwa furaha ilivyomjaa.

Baba yake alimkariria tena na kumwuliza "Jee vipi utakubali akuoe? Said amekubali hata kuhamia kabisa hapa. Lakini bila ya shaka inapohitajikana atakwenda Oman. Kwa sababu kule ana mke na mtoto mmoja mdogo."

Baada ya furaha kubwa ya kabla iliyomfanya asiweze hata kusema lolote, sasa alijibu upesi kwa uchungu bila ya kufikiri zaidi "Laa, baba miye sitaki kuolewa na Said." Tena alitoka chumbani mbio na akenda kujitupa kitandani kwake na vilio vya kwikwi. Kila akifikiri aliona hawezi kutasawari kumgawa mtu huyu anayempenda na mtu mwengine! Ni bora amkose kabisa kuliko ampate nusu yake tu! Fatma alihiari asiolewe naye kabisa na kwa mapenzi aliyokuwa akimpenda aliona pia hawezi kuolewa na yeyote mwengine badala yake. Akakata shauri atakaa ujane maisha yake yote.

Said alivunjika moyo sana alipojua Fatma amekataa kuolewa naye. Tangu siku ya mara ya mwanzo Said alipomwona Fatma, alivutika sana kwake na akawa anamuwaza kila wakati. Japo akijua kwamba ami yake anaye mtoto lakini hakupata kutasawari kama ana mtoto mzuri kama vile. Hakuweza kusahau pale alipombeba, aliona kama amebeba pande la almas jinsi alivyokuwa aking'ara kwa uzuri ambao hajapatapo kuuonapo machoni mwake kabla. Aliwaza na kufikiri vipi apate njia nzuri ya kumposa? Ndipo alipokata shauri ya kuhamia kabisa hapo Unguja kwa ami yake ambae akijua atafurahi sana kwa hayo na pia labda atafurahi kumwoza mtoto wake.

Lakini kwa bahati Bwana Masoud alikuwa ni mtu aliyeweka mbele hamwozi mtoto wake, mume asiyemtaka.

Kwa hivyo Fatma alipokataa kuolewa na Said, Bwana Masoud ilimbidi amtafutie mke mwengine ambaye Said atahitajia maadamu atahamia hapo. Alimposea Warda na posa ikakubaliwa. Warda alikuwa ni mtoto mmojiwapo wa nyumbani aliyelelewa na Bi Zeyana na akawahi kucheza pamoja na Fatma, japo Fatma ni mkubwa wa miaka kadha. Amehusiana pia kwa damu na Fatma. Ni mjukuu wa ndugu wa bibi yake Fatma mzaa mama. Bibi yake Fatma na bibi yake Warda walikuwa ni watumwa wa Kigurugia. Mmoja aliwekwa usuria na babu yake Fatma, na akamzaa

Bi Asha. Ama ndugu wa pili aliolewa hapo hapo nyumbani na mtumwa wa Kihabushia na kumzaa mame Warda. Baadaye mame Warda aliolewa na Mhindi - jirani - ambaye alikufa na kumwacha ana mimba ya Warda. Warda alitokea msichana mzuri kwa mchanganyo wa damu. Alipata rangi nzuri ya hadharani na nywele za singa refu za mawimbi. Alikuwa mrefu amenyooka na shingo refu, mwembamba wa mwili uliyoumbika vizuri.

Said aliozwa Warda na akawa hana sababu ya kumkatalia Bwana Masoud. Kwa hivyo Warda alikuja kuishi hapo Burudika kwa mume wake. Ama Fatma kwa busara na kwa wema wake wa moyo alimpokea Warda kwa mapenzi yale-yale aliyokuwa akimpenda pale walipokuwa wadogo. Alifahamu Warda hana makosa yoyote na huyo Said pia hana makosa. Kama ni makosa basi ni yeye mwenyewe mkosa. Alivumilia kwa siri yaliyomtokelea na akajua hayo yote ni mtihani wa maisha. Iliyobaki kwake ni kumwomba Mungu ampe subira na asahau yaliyopita.

Ni kweli siku na miezi ilipita na wakati ulitibu maradhi ya mapenzi aliyokuwa akimpenda

Said. Alizoea na kupokea maisha aliyojaaliwa bila ya kuwa na chuki au wivu kwa yeyote. Warda alichukua mimba lakini kabla hajajifungua, Said alipata barua kutoka Oman kwamba mke wake wa huko anaumwa sana. Kwa hivyo Said alifunga safari ya kwenda kumtazama. Huku nyuma Warda alijifungua na akazaa mtoto wa kike. Bwana Masoud alimwita Salma, jina la mama yake Warda. Fatma na Raya walifurahi sana na wakahisi wamepata kitu cha kuwachangamsha na kupitisha nyakati zao. Wakaungana watatu hao kwa kugawana furaha ya kulea kitoto chao hicho. Ama Fatma alipata fursa zaidi ya kumuendea Warda wakati wowote, ilivyokuwa mume wake hayupo, hana wa kumkimbia wala kujificha kwake. Kwani tangu siku alipoanguka Fatma hakumkabili tena Said uso kwa uso.

Tangu kusafiri Said, Bwana Masoud alimleta ibni ami yake Salim kumsaidia makazi na kumuwekea hesabu, akawa ni kama karani wake badala ya Said. Salim alikuwa ni mtu mzima. Mdogo wa Bwana Masoud kwa miaka kumi tu. Alikuwa daima pamoja na Bwana Masoud, ni ndugu-rafiki anayemwamini sana katika mambo yake yote, tangu zamani walipokuwa mjini.

Bwana Masoud tangu alipomuoa Raya, siha yake ilidhoofika na akapata ugonjwa wa moyo. Daktari alimnasihi asijihangaishe na atulizane, kama inavyomkinika. Lakini Bwana Masoud na Ami Salim, siku ile walialikwa walima kwa ajili ya arusi ya mtoto mwanamume wa rafiki yao. Baada ya kula biriyani Bwana Masoud alianza kuhisi hali yake si nzuri na alipoondoka kabla hajafika mbali alianguka. Kwa bahati alipatikana daktari kwa upesi bali alipomtazama aliona moyo ulisita na alikuwa amekwisha kufa.

Maziko ya Bwana Masoud kama desturi yalikuwa Burudika. Yalikuwa ni maziko makubwa. Walikusanyika watu wengi wanaompenda wa kila upande mjini na mashambani. Mbali wanafunzi wake ambao waliathirika sana kundokewa na mwalimu wao ambaye pia wakimwona ni kama baba yao. Ami Salim ndiye alikuwa wasii wa Bwana Masoud. Kwa hivyo alisimamia msiba wote na kuchukua masuuli ya kutengeneza yote yanayohitajia.

Fatma alijiona zaidi mnyonge. Wazee wote aliokuwa nao na kuwapenda sana sasa wamemalizika. Aliyebaki ni huyo Ami Salim tu. Said alileta barua ya kuazi na kuhuzunika sana kwa kuchelewa kurejea, kwani akimwuguza mkewe ambaye aliuguwa muda mrefu. Ilivyokuwa na sasa amefariki basi itambidi akae zaidi kuangalia mambo yanayohusu mtoto wake, aliyopo huko.

Raya alikaa eda yake ya miezi mine na siku kumi hapo hapo Burudika. Alipomaliza eda, Ami Salim ambaye mke wake alikufa kitambo na kwa kusahilisha mambo aliona bora yeye amuoe. Kadhalika badala ya Raya kurejea tena kwa baba yake, alimkubali na wakaoana.

SEHEMU YA TISA

Kwaheri Jana

Fatma na wenzake waliendelea kuishi hapo Burudika pamoja na majirani na wakaazi waliowazunguka kwa raha na masikilizano. Walitosheleka katika dunia yao hii ndogo bila ya kushughulika kujua yazukao kwengineko.

Ni kweli ni kitambo kirefu tangu homa ya siasa ilikwisha anza mijini. Na kwa sasa imeshadidi kikweli na kuwatia hamasa wananchi wengi si wa kiume tu bali hata wanawake. Labda na pia kuwagawa vibaya wananchi kwa ajili ya hitilafu za fikira na imani zao katika siasa.

Mama yake Warda yaani Bi Salma huko mjini alikuwa ni mmojawapo katika wakubwa wa kikao kimojawapo cha umoja wa wananchi, bila ya ubaguzi wa kabila. Alikuwa ana imani nacho sana na kuchukua hima kubwa kukitumikia yeye na pia wanawake wengi kama yeye wa kabila mbali-mbali.

Siku ile Bi Salma alikuja Burudika

kumchukua mwanawe Warda wende arusini mjini. Akamletea pia sare ya kanga yenye alama maarufu ya kikao chake cha siyasa, jogoo, ili ajitande. Warda alijipamba vizuri kwa madhahabu yake na akapendeza sana kwa kanga yake aliyojitanda. Akawaaga Fatma na Raya kwa uso wa afya na furaha kubwa hasa ilivyokuwa hiyo ni mara yake ya kutoka ukumbi, yaani ni mara ya mwanzo kwake kwenda arusini tangu alipoolewa. Baadaye aliwakabidhisha wenzake mtoto wake wamuangalie mpaka arejee.

Asubuhi ya pili, ghafula hapo Burudika watu walipata habari kutoka maredioni kwamba Serikali imepinduliwa na mfalme amekwisha ondoka. Kadhalika upo mchafuko mkubwa huko mjini na hata katika baadhi ya mashamba. Hofu kubwa iliwaingia kina Fatma na wakawa hawajui nini litakalotokea hapo. Lakini wanafunzi wa Bwana Masoud aliyokuwa akiwasomesha pamoja na wakulima wa miaka waliyokuwa nao hapo walijumuika na kuwatuliza. Waliwaambia wasiogope na wao watawalinda endapo akija yeyote wa nje kutaka kuwadhuru au kuwahujumu.

Wakishinda na kulala hapo mpaka mambo yalipotulizana.

Siku tano zilipita na Warda hakurejea Burudika. Nyoyo zilitia wasiwasi mkubwa na kina Fatma hawakujua wapate habari yake wapi. Hatimaye walipata habari kwa siri na mmojawapo aliyekwenda mjini, kwamba Warda, mama yake na wanawake kadha walipokuwa wanarejea arusini, karibu ya alfajiri, njiani waliuliwa kwa majisu na mapanga na wapinduzi wa Serikali.

Msiba na mshituko ulikuwa mkubwa sana lakini kwa wakati huo hadithi nyingi za misiba na huzuni zilikuwa zimejaa midomoni mwa watu. Kwa hivyo kifo cha Warda na mama yake halikuwa ni jambo la kushitua zaidi kwa mengi mengineyo yaliyokuwa yakitokea na kuyasikia kwa wakati huo. Wafiwa na waliyopatikana na maafa, hawakuwa na nafasi ya kulia au kuwalilia wapenzi wao. Kwani mambo yalikuwa ni 'mchafu-koga' kwa wengi. Labda ni kama wazee walivyosema 'Msiba wa wengi ni arusi'. Liwazo kubwa kwa watu hawa waaminiao Mungu na hawana hila ya kufanya lolote ilikuwa ni kushukuru na kusubiri kwa walivyojaaliwa.

Nchi yote ilibadilika kwa muda mfupi. Ikawa jamaa wengi wa Fatma waliyoathirika wanapanga mipango ya kuhama nchi. Walihisi hapana amani wala mustakbali kwa wao wala kwa watoto wao. Mradi nchi yote imekorogeka! Wanaume wengi na hata baadhi ya wanawake, waliokuwemo katika siasa na hata wasiokuwemo, walitiwa gerezani.

Baada ya miezi michache na habari zilipoenea duniani yaliyotokea hapo nchini, Ami Salim alipata barua kutoka kwa baba yake Said. Anamwambia amtengenezee safari mtoto wa ndugu yake yaani Fatma pamoja na mtoto wa Said na awapeleke huko Oman. Fatma aliona taabu sana kwa safari hiyo na alichelewa sana kukata shauri ya kukubali kuondoka. Lakini tangu siku ile alipoona wapinduzi wa Serikali wamekuja na vikapu vyao na kumuamrisha Ami Salim awape silaha zote za wazee, yaani vitara, majambia, na panga kadha wa kadha za asili na asili ya aila yao, na tena Ami Salim alipotaka kuzichomoa silaha bila ala, yaani mifuniko yake, ili kuwapa, wapinduzi walimnyang'anya kwa ukali na kuzichukua pamoja na ala zake. Ala za silaha hizo zote zilikuwa ni za fedha na nyengine ni za dhahabu. Fatma hakuyafahamu yote bali aliathirika mno na kuvunjika moyo sana kwa kuona hata ile heshima na makumbusho ya wazee wao waliyokufa wanavuliwa sasa na wananyang'anywa bila ya sababu au haki yoyote. Haijawatosha mashamba na majumba yao yote ya mjini waliyokwisha wanyang'anya.

Kwa hivyo kwa shingo upande aliona ni kweli bora na yeye ajiondokee. Katika nchi hii inayoanza chuki na dhulma ambayo hayo hajayaonapo, hajayazoea kabla, wala hayafahamu kwa nini. Aliuza vyombo vyake vyote vya dhahabu ambavyo vyengine vile tangu udogoni kwa bei rahisi kabisa aliyoweza kupata, ili awe na chochote huko aendako na akajitayarisha kwa safari.

Siku ile Fatma anasafiri ilikuwa ni safari yake ya mwanzo katika maisha yake. Hajapatapo kusafiri hata mara moja. Msafara wa magari uliandamana kwenda kiwanja cha ndege. Kike kwa kiume, jamaa na watumishi mpaka vizee ambao ni wapenzi wa maisha yake pale tangu udogoni, walikuja kumuaga. Majonzi na vilio vya huzuni vilianguka. Ama Fatma kila anapomkumbatia mmojiwapo kumuaga humtazama uzuri usoni na akajiambia 'Labda huyu sitomwona tena baada ya leo.' Akazidi kulia.

Ndege ilipoanza kuruka Fatma alitanabahi hii ni mara ya mwanzo yu peke yake. Hana yeyote isipokuwa Salma tu mapajani mwake. Kwa unyonge wa upweke alimkumbatia kwa huruma Salma, ambaye kwa sasa alikuwa amekwisha lala na akambusu taratibu. Tena alitupa macho yake dirishani akiangalia ardhi anayoiacha nyuma pole pole. Ardhi ambayo iliyomzaa na kumlea si yeye tu bali pia baba, mama na wazee wake wa nyuma kwa daraja kadha. Kila mti na kila kitu kilichokuwa mbele ya macho yake alikiangalia kwa majonzi makubwa na mawazo mengi.

Alijiambia 'Haya ni mandhari ninayoyaona leo yakini siwezi kuyaona tena na hata nikiyaona tena, yatakuwa na mabadiliko makubwa kama maisha yangu yatavyobadilika kutoka hii leo.' Kwa kitambo aliona ni kama senema naye yumo ndani. Kila kitu si kweli, hawezi kuamini. Bali hata usingizini hakuota siku hii ya leo!

Maisha yake marefu yaliyopita aliyaona ni kama ndoto fupi nzuri, na sasa ghafula ameamka! Alijiona anaikabili kesho ambayo hana fikira nayo yoyote!

Hajapata kutasawari hata kwa dakika juu ya mambo yalivyotokea ghafula hiyo! Kilio cha kwikwi kilimtoka kwa kufikiri maisha yake yaliyopita na wapenzi wake wote aliowawacha na hata yale makaburi ya wapenzi wake. Machozi yakimpukutika kwa wingi hata alikuwa haoni tena ya mbele. Bali baada ya kufuta machozi alisitukia ndege imekwisha potea mawinguni na haoni tena kinginecho. Hapo alijiona na yeye pia anapotea na ndege katika dunia refu asiyoifahamu mwisho wake.

"Oh Mola wangu nisitiri nendako." Alijiambia. Na mara alihisi sauti ya Hobo wake inamnong'oneza masikioni mwake, 'Wa sitara

hasumbuki, wa mbili havai moja mjukuu wangu.'
Maneno hayo ya Hobo ambayo, daima Fatma
ameyazoea kuyasikia kwake. Hapo Fatma alipata
nafasi ya kuvuta pumzi na kupata nguvu kidogo
ya kukumbukia zaidi maneno ya Hobo aliyokuwa
akipenda kuyatumia nayo ni 'Mara nyingi kheri
hutoka ndani ya tumbo la shari, mjukuu wangu.'

'Oh, kweli, na nani anajua!' Fatma alijipoza.
'Labda hii ndiyo ni kheri yangu ya mimi kupata
kuolewa na Said, mpenzi wa maisha yangu
ambaye labda ananingojea huko! Mpenzi ambaye
sijafikiri kabisa ataweza tena kunioa duniani!'

Kama aliyegutuliwa, ghafula alihisi
kifuraha chembamba cha kumkumtisha moyo.
Akajiona sasa yu tayari kukabili mustakbali
na kufungua sahifa nyengine ya maisha yake
mepya!

M W I S H O

Lightning Source UK Ltd.
Milton Keynes UK
UKOW031159130312

188874UK00001B/3/P